मी नास्तीक का आहे

मी नास्तीक का आहे

भगत सिंह

डायमंड बुक्स

www.diamondbooks.in

© प्रकाशकाधीन

प्रकाशक :डायमंड पॉकेट बुक्स (प्रा.) लि.
X-30, ओखला इंडस्ट्रियल एरिया, फेज-II
नई दिल्ली-110020.
फोन : 011-40712200,
ई-मेल : wecare@diamondbooks.in
वेबसाइट : www.diamondbooks.in
प्रकाशन : 2025

मी नास्तीक का आहे ? (Mee Nastik Ka Aahe)
Main Nastik Kyon Hoon (Marathi)
by : *Bhagat Singh*

ओळख

भगतसिंहाचा जन्म २८ ऑक्टोबर, १९०७ रोजी पंजाब मधील लायलपूर जिल्ह्यातील बंगा गावात (आता ते पाकिस्तानात आहे) एका शिख परिवारात झाला. भगतसिंहाच्या वडीलाचे नाव सरदार किसन सिंह आणि आईचे नाव सरदारनी विद्यावती कौर होते. ते एका शेतकरी कुटुंबातील होते, त्यांचे वडील आणि त्यांचे दोन काका अजित सिंग आणि स्वर्ण सिंह हे देखील ब्रिटिशांविरूद्धच्या स्वातंत्र्य लढ्यातील एक भाग होते. भगतसिंह यांचा जन्म झाला त्याचवेळी त्यांचे वडील आणि काका तुरूंगातून सुटले होते. भगतसिंह यांच्या आजीने मुलाचे नाव भगानवाला (सौभाग्यापैकी एक) ठेवले. पुढे ते भगतसिंह म्हणून ओळखले जाऊ लागले. १३ एप्रिल, १९१९ रोजी अमृतसर येथे झालेल्या जालियनवाला बाग हत्याकांडाचा भगतसिंह यांच्यावर सखोल असा परिणाम झाला. लाहोर येथील नॅशनल कॉलेजमधून बाहेर पडल्यांनतर भगतसिंह यांनी भारताच्या स्वातंत्र्यासाठी 'नवजवान भारत सभा'ची स्थापना केली. जे महान क्रांतीकारक वारसा पुनरूज्जीवित करण्याच्या आणि पुढे नेण्याच्या दृढनिश्चयाचे प्रतिक आहे. १९२२ मध्ये चौरी-चौरा हत्याकांडानंतर गांधीजींनी शेतकऱ्यांना साथ दिली नाही, तेव्हा भगतसिंह खूप निराश झाले. त्यांनतर त्यांचा अहिंसेवरचा विश्वास कमकुवत झाला आणि सशस्त्र क्रांती हाच स्वातंत्र्य मिळविण्याचा एकमेव मार्ग आहे, या निष्कर्षापर्यंत ते पोहचले. त्यांनतर ते चंद्रशेखर आझाद यांच्या नेतृत्त्वाखाली स्थापन झालेल्या 'गदर' गटाचे भाग बनले. काकोरी कटात राम प्रसाद 'बिस्मिल' सह चार क्रांतीकारकांना फाशी दिल्याने आणि अन्य सोळा जणांना तुरूंगात टाकल्याने भगतसिंह इतके व्यथित झाले की त्यांनी चंद्रशेखर आझाद यांच्यासोबत 'हिंदूस्थान सोशलिस्ट रिपब्लिकन असोसिएशन' या पक्षात प्रवेश केला आणि त्याला हिंदूस्थान असे नाव दिले. 'रिपब्लिकन असोसिएशन' या संस्थेचा उद्देश सेवा, त्याग आणि दुःख सहन करण्यास सक्षम तरूण तयार करणे हा होता. त्यांच्या पक्षाचे प्रमुख क्रांतीकारक म्हणजे चंद्रशेखर आझाद, सुखदेव, राजगुरू इ. भगतसिंह हिंसेच्या बाजूने नसले तरी ते डाव्या विचारसरणीवर विश्वास ठेवत होते, आणि कार्ल मार्क्सच्या सिद्धांतांशी संबधित होते आणि तिच

विचारधारा पुढे नेत होते. मात्र ते समाजवादाचेही कट्टर समर्थक होते. भगतसिंह सुमारे दोन वर्षे तुरूंगात राहिले.

या काळात ते लेख लिहून क्रांतीकारी विचार मांडत असत. तुरूंगात असतानाही त्यांचा अभ्यास सुरूच होता. त्या काळात त्यांनी लिहिलेले लेख आणि नातेवाईकांना लिहिलेली पत्रे आजही त्यांच्या विचारांचा आरसा आहेत. आपल्या लिखानात त्यांनी भांडवलदांराना आपले शत्रू असे अनेक प्रकारे वर्णन केले आहे. कामगारांचे शोषण करणारी व्यक्ती जरी भारतीय असली तरी ती त्यांचा शत्रू आहे असे त्यांनी लिहिले आहे. लोहार सेंट्रल जेलमध्ये असताना त्यांनी इंग्रजीत एक लेखही लिहिला होता, ज्याचे शीर्षक होते. 'मी नास्तिक का आहे ?'

यांचे पहिले प्रकाशन २७ सेप्टंबर, १९३१ रोजी लाहोर येथून प्रकाशित होणाऱ्या 'द पिपल' या वृत्तपत्रात झाले. हा लेख भगतसिंह यांनी लिहिलेल्या साहित्यातील सर्वात लोकप्रिय आणि प्रभावशाली भागामध्ये गणला जातो आणि नंतर अनेक वेळा प्रकाशित झाला. या लेखाद्वारे भगतसिंह यांनी तर्कशुद्धपणे सांगण्याचा प्रयत्न केला की ते कोणत्याही दैवी शक्तीवर विशवास का ठेवत नाहीत. कामगारांवर इंग्रजांच्या अत्याचारविरोधात त्यांनी सातत्याने आंदोलन केले. त्यामुळे अशी कामगारविरोधी धोरणे ब्रिटिश संसदेत मंजूर होऊ न देण्याचा त्यांच्या पक्षाचा निर्णय होता. भारतीय जागृत झाले आहेत आणि अशा धोरणाविरूद्ध त्यांच्या मनात संताप आहे हे ब्रिटिशांना कळावे अशी प्रत्येकाची इच्छा होती. यासाठी त्यांनी दिल्लीतील सेंट्रल असेंब्लीत बॉम्ब फेकण्याची योजना आखली होती. त्यांनतर त्यांना अनेक कलमांखाली अटक करून फाशी देण्यात आली आणि स्वतंत्र भारतातील क्रांतीकारक तरूण शहीद झाले.

अनुक्रमणिका

१
घराचा निरोपः वडीलांना पत्र
(१९३२)

१९२३ मध्ये भगतसिंह लाहोरच्या नॅशनल कॉलेजचे विद्यार्थी होते. जनजागृतीसाठी त्यांनी ड्रामा क्लबमध्येही सहभाग घेतला. क्रांतीकारी शिक्षक आणि कॉम्रेड यांच्याशी संबंध प्रस्थापित झाले. भारताला स्वातंत्र्य कसे मिळेल याबद्दल दीर्घ अभ्यास आणि वादविवाद चालू हाते. घरी आजीने नातवाच्या लग्नाची चर्चा केली. त्यांच्या समोर त्यांचा युक्तीवाद चालत नसल्याचे पाहून त्यांनी हे पत्र वडिलांना लिहिले आणि कानपूर येथील गणेश शंकर विद्यार्थ्याकिडे पोहल्यावर त्यांनी 'प्रताप'चे काम सुरू केले. तर बी. के. दत्त, शिव वर्मा, विजयकुमार सिन्हा यांच्यासारखे क्रांतीकारक मित्र भेटले. कानपूरमधे पोहचणे हे क्रांतीच्या मार्गावरील एक मोठे पाऊल ठरले. भगतसिंह यांनी वडीलांना लिहिलेले हे पत्र घर सोडल्यावर त्यांचे विचार मांडते.

आदरणीय बाबा,

साष्टांग दंडवत,

माझे जीवन एका उच्च उद्देशासाठी म्हणजे हिंदूस्थानच्या स्वातंत्र्यासाठी समर्पित आहे. म्हणूनच माझ्या आयुष्यात सुखसोयी आणि ऐहिक इच्छांचे आकर्षण नाही.

तुम्हाला आठवत असेल की मी लहान असताना बापूजींनी माझ्या यज्ञोपवितेत घोषणा केली की मला देशसेवेसाठी देण्यात आले आहे. त्यामुळे त्यावेळी दिलेले वचन मी पूर्ण करीत आहे.

मला आशा आहे की तुम्ही मला क्षमा कराल.

आपला आज्ञाधारक

भगतसिंह

●

२
अस्पृश्य समस्या
(१९२३)

काकिनाडा येथे कॉंग्रेसचे अधिवेशन झाले. मुहम्मद अली जिना यांनी त्यांच्या अध्यक्षीय भाषणात, सध्याच्या अनुसूचित जाती, ज्यांना जिनांच्या काळात अस्पृष्य म्हटले जात होते, त्यांची हिंदू आणि मुस्लिम मिशनरी संस्थांमध्ये विभागणी करण्याचे सुचवले. हिंदू आणि मुस्लिम दोन्ही श्रीमंत लोक ही वर्ग विभागणी पक्की करण्यासाठी पैसे द्यायला तयार होते. अशाप्रकारे अस्पश्यांच्या या मित्रांनी धर्माच्या नावावर फूट पाडण्याचा प्रयत्न केला. या मुद्यांवर वादाचे वातावरण असतानाच भगतसिंहानी 'अस्पृष्यांचा प्रश्न' हा लेख लिहिला. या लेखात कामगार वर्गाची ताकद आणि मर्यादा यांचा अंदाज घेऊन त्यांच्या प्रगतीसाठी ठोस सूचना देण्यात आल्या आहेत. भगतसिंह यांचा हा लेख विद्रोही नावाने जून १९२८ च्या किर्तीमध्ये प्रसिद्ध झाला होता.

आपल्या देशासारखी वाईट परिस्थिती इतर कोणत्याही देशाला पहावी लागली नाही. इथे विचित्र प्रश्न पडत रहातात. महत्त्वाचा प्रश्न म्हणजे अस्पृश्य म्हणवल्या जाणाऱ्या ६ कोटी लोकांच्या नुसत्या स्पर्शाने धर्म भ्रष्ट होईल. मंदिरात प्रवेश केल्यावर देव संतापतील ! त्यांनी विहिरीतून पाणि काढले तर विहिर अशुद्ध होईल. हे प्रश्न विसाव्या शतकात विचारले जात आहेत, जे ऐकूनही लाज वाटते.

आपला देश अतिशय अध्यात्मिक आहे, पण आपण मानवाला मानवाचा दर्जा देण्यास कचरतो, तर संपूर्णपणे भौतिकवादी म्हणवणारा युरोप अनेक शतकांपासून

क्रांतीचा आवाज बुलंद करीत आहे. अमेरिकन आणि फ्रेंच क्रांतीच्या वेळी त्यांनी समानतेची घोषणा केली होती. आज रशियाही सर्व प्रकारचे भेदभाव नष्ट करून क्रांतीसाठी सज्ज झाला आहे. आत्मा आणि देव यांच्या अस्तित्त्वाबद्दल आपण नेहमी चिंतेत असतो आणि हा पवित्र धागा (यज्ञोपवीत) अस्पृष्यांना देणार का ? जोरदार वादात गुंतलेले. त्यांना वेद वाचण्याचा अधिकार आहे की नाही ? परदेशात आम्हाला चांगली वागणूक दिली जात नाही अशी आमची तक्रार आहे. ब्रिटिश सरकार आपल्याला ब्रिटिशांच्या बरोबरीचे मानत नाही. पण आम्हाला तक्रार करण्याचा अधिकार आहे का ? बॉम्बे कौसिंलचे सदस्य असलेले सिंधमधील एक मुस्लिम गृहस्थ श्रीमान नूर मुहम्मद यांनी १९२६ मध्ये या विषयावर बरेच काही सांगितले होते.

"If the Hindu society refuses to allow other human beings, fellow creatures so that to attend public school, and if the president of local board reprenting so many lakhs of people in this house refuses to allow his fellows and brothers the elementary human right of having water to drink, what right kave to ask for more rights from the bureaucracy ? Before we accuse people coming from other lands, we should see how we ourselves behave toward our own people\ how can we ask for greater political rights when we ourselves deny elementry rights og human beings."

ते म्हणतात की जेव्हा तुम्ही एका व्यक्तीला पिण्यासाठी पाणि देण्यास नकार देता, जेव्हा तुम्ही त्यांना शाळेत शिक्षणही घेऊ देत नाहीत, तर तुम्हाला स्वतःसाठी अधिकार मागण्याचा काय अधिकार आहे ? जेव्हा तुम्ही व्यक्तीला समान अधिकार देण्यासही नकार देता, तुम्ही अधिकचे राजकीय अधिकार मागण्याचा तुम्हाला काय अधिकार आहे ?

हे अगदी खरे आहे. पण एका मुसलमानाने म्हटल्याप्रमाणे हिंदू म्हणतील की बघा, त्यांना त्या अस्पृश्यांचे मुस्लिम बनवून त्यात समाविष्ट करायचे आहे.

जेव्हा तुम्ही त्यांना प्राण्यांपेक्षाही वाईट वागवत असाल तर ते नक्कीच इतर धर्मात सामील होतील, जिथे त्यांना अधिक अधिकार मिळतील, तिथे त्यांना माणसाप्रमाणे वागवले जाईल. मग बघा, ख्रिश्चन आणि मुस्लिम हिंदू समाजाचे नुकसान करीत आहेत असे म्हणू नका.

किती स्पष्ट विधान आहे, पण हे ऐकून सगळ्यांना धक्का बसतो. हिंदूनाही अशीच चिंता होती. सनातनी पंडितांनीही या विषयावर काही प्रमाणात विचार करायला सुरूवात केली. वेळोवेळी ज्यांना मोठे 'युगांतकारी' म्हटले जायचे तेही सहभागी झाले. पाटण्यात हिंदू महासभेचे संमेलन लाला लाजपतराय यांच्या अध्यक्षतेखाली पार पडले, ते अस्पृश्यांचे दीर्घकाळपासून अस्पृश्यांच्या बाजूने आहेत, तिथे त्यांनी या विषयावर जोरदार चर्चा केली. चांगलाच वाद झाला...प्रश्न असा होता की अस्पृश्यांना जानवे परिधान करण्याचा अधिकार आहे की नाही ? आणि त्यांना वेद आणि धर्मग्रंथांचा अभ्यास करण्याचा अधिकार आहे ? मोठे मोठे समाजसुधारक नाराज झाले, पण लालाजींनी सर्वांना पटवून दिले आणि या दोन गोष्टी मान्य करून त्यांनी हिंदू धर्माची इज्जत वाचवली. नाहीतर जरा विचार करा किती लाजिरवाणी झाले असते. कुत्रा आमच्या मांडीवर बसू शकतो. तो आपल्या स्वयंपाकघरात बेधडकपणे फिरतो, पण माणूस आपल्या संपर्कात आला तर भ्रष्ट होतो. यावेळी मालवीयजीसारखे थोर समाजसुधारक, अस्पृष्यांवर प्रेम करणारे आणि काय नाही, आधी भंगारवाल्याकडून गळ्यात हार घालतात, परंतु कपड्यासहित स्नान केल्यावाचून स्वतःला अशुद्ध समजतात. किती छान चाल आहे आहे ! सर्वांवर प्रेम करणाऱ्या देवाची पूजा करण्यासाठी मंदिर बांधले जाते. पण तिथे अस्पृश्यांना प्रवेश केला तर ते मदिर अपवित्र होते ! देव कोपला जातो ! घरची ही परिस्थिती असताना बाहेर समानतेच्या नावाखाली भांडणे बरे वाटते का ? मग आपली वृत्तीही कृतध्नतेचीच असते. घाणेरडे काम करून आपल्यासाठी सुविधा देणाऱ्यांनाच आपण कमी लेखतो. आपण प्राण्यांची पूजा करू शकतो. पण मनुष्याला जवळ बसू देत नाहीत.

आज या प्रश्नांवर बराच गदारोळ होत आहे. या विचारावर बरेच लक्ष दिले जात आहे. देशामध्ये ज्या प्रकारे मुक्तीची इच्छा वाढत आहे, त्यात जातीय भावनेने इतर काही फायदे केले आहेत किंवा नाही परंतु एक फायदा आवश्य केला आहे. अधिक अधिकारांच्या मागणीसाठी प्रत्येकाला आपापल्या समुदायाची संख्या वाढवण्याची चिंता होती. मुसलमानांनी जरा जास्तच आग्रह धरला. त्यांनी अस्पृश्यांना मुस्लिम बनवून त्यांना समान अधिकार देण्यास सुरूवात केली. यामुळे हिंदूचा अहंकार दुखवला गेला. स्पर्धा वाढली. दंगलीही झाल्या. हळूहळू शिखांनाही वाटले की आपणही मागे राहू नये. त्यानेही अमृत शिंपडायला सुरूवात केली. अस्पृश्यांनी त्यांचे जानवे काढावे किंवा केस कापावेत, या मुद्यावरून हिंदू आणि शिख यांच्यात मारामारी झाली. आता तिन्ही

शक्ती अस्पृश्यांना स्वतःकडे खेचत आहेत. त्याचा खूप गोंगाट आहे. दुसरीकडे, ख्रिश्चन शांतपणे त्यांचा दर्जा वाढवत आहेत. चला, हा सगळा गोंधळ देशाची लाज कमी करीत आहे.

इथे जेव्हा अस्पृश्यांनी पाहिले की त्यांच्यामुळे त्यांच्यात भांडणे होते आहेत आणि प्रत्येकजण त्यांना आपले अन्न मानत आहे, तेव्हा त्यांनी स्वतंत्रपणे संघटित का होऊ नये ? या कल्पनेच्या अंमलबजावणीत ब्रिटिश सरकारचा हात असेल किंवा नसेल, पण सरकारी यंत्रणेचा या प्रचारात बराच हातखंडा होता हे निश्चित. 'आदी धर्म मंडळ' सारख्या संघटना त्या विचाराचा प्रसार करण्याचे फलित आहेत.

आता दुसरा प्रश्न पडतो की या समस्येवर योग्य उपाय काय असावा ? याचे उत्तर खूप महत्त्वाचे आहे. सर्वप्रथम हे ठरवले पाहिजे की सर्व माणसे समान आहेत आणि कोणीही जन्माने किंवा कामाच्या विभाजनाने भिन्न निर्माण केले नाहीत. म्हणजे गरीब सफाई कामगारांच्या कुटूंबात माणूस जन्माला आल्याने तो आयुष्यभर फक्त घाणच साफ करील आणि त्याला जगात कोणत्याही प्रकारची किसकामे करण्याचा अधिकार नाही. या गोष्टी निरर्थक आहेत. अशा प्रकारे आपल्या पूर्वज आर्यांनी त्यांच्यावर अन्याय केला आणि त्यांना नीच म्हटले आणि त्यांना हीन कामं करायला लावले. त्याचवेळी ते बंड करतील अशी चिंता होती. मग हे तुमच्या मागील जन्माच्या पापांचे फळ आहे. असे पुनर्जन्माचे तत्त्वज्ञान पसरवले गेले. आता काय होऊ शकते ? आहे ते काम गुमान करा ! त्यांनी बराच काळ धर्माचा उपदेश देऊन त्यांच्याकडून अनेक वर्षे कामं करून घेतली. हे चुकीचं होतं. माणसातील माणुसकी नष्ट झाली आहे. आत्मविश्वास आणि स्वालंबनाच्या भावना नष्ट झाल्या. खूप अत्याचार आणि अन्याय केला गेला. आज त्या सर्वांचे प्रायश्चित करण्याची वेळ आली आहे.

यासोबतच आणखे एक गडबड झाली. अत्यावश्यक कामांबद्दल लोकांच्या मनात तिरस्कार निर्माण झाला. आम्ही विणकरांना देखील कमी लेखले. आज कापड विणकरांना देखील अस्पृष्य मानले जाते. उत्तरप्रदेशात कहारांना अस्पृश्य मानले जाते. अशा स्थितीत विकास प्रक्रियेत अडथळे निर्माण होत आहेत.

या विभागांना आपल्यासमोर ठेवून आपण त्यांना अस्पृश्य म्हणू नये आणि समजू नये. इतके केल्याने समस्या सुटते. नवजवान भारत सभेने आणि नवजवान काँग्रेसने स्वीकारलेला दृष्टीकोण चांगला आहे. ज्यांना आजपर्यंत अस्पृष्य म्हटले जात होते, त्यांनी त्यांच्या पापांसाठी क्षमायाचना केली पाहिजे कोणतेही काम न करता, त्यांना कलमा न शिकवता किंवा शुद्धीकरण न करता, त्यांना आपल्या गोटात समाविष्ट करून

त्यांच्या हातावर अमृत ओतून आपल्यासारखे माणूस मानले पाहिजे आणि त्यांच्याकडून पाणि पिणे, हा योग्य मार्ग आहे आणि आपापसात भांडणे आणि वर्तनात कोणतेही अधिकार न देणे ही योग्य गोष्ट नाही.

जेव्हा खेड्यापाडयांत श्रमप्रचार सुरू झाला. त्यावेळी सरकारी माणसे शेतकऱ्यांना भडकवायचे की बघा, हे भंगी, मोचींना डोक्यावर घेत आहेत, तुमचे काम बंद पाडतील, इतक्यानेच शेतकरी संतप्त झाले. त्यांनी हे लक्षात ठेवले पाहिजे की जोपर्यंत या गरीब लोकांना नीच आणि निंदक म्हणवून त्यांच्या बुटाखाली ठेवायचे आहे तोपर्यंत त्यांची स्थिती सुधारू शकत नाही. ते स्वच्छ रहात नाही. असे अनेकदा बोलले जाते. याचे उत्तर स्पष्ट आहे. ते गरीब आहेत. गरीबीवर मात करा. उच्च कुलीन गरीब लोक देखील कमी घाणेरडे रहात नाहीत. घाणेरडे काम करायला निमित्त असू शकत नाही. कारण मुलांची घाण साफ करून माता सफाई कामगार आणि अस्पृश्य बनत नाहीत.

परंतु अस्पृश्य समाज जोपर्यंत संघटित होत नाही तोपर्यंत हे काम होऊ शकत नाही. आम्हाला असे वाटते की त्यांनी स्वतंत्रपणे संघटित होणे आणि मुस्लिम समान संख्येत असल्याने त्यांना समान अधिकारांची मागणी करणे हे एक अतिशय आशादायक लक्षण आहे. एकतर जातीय मतभेदांची समस्या संपवा, नाहीतर त्यांना त्यांचे वेगळे अधिकार द्या. शाळा, महाविद्यालये, विहिरी आणि रस्ते वापरण्याचे त्यांना पूर्ण स्वातंत्र्य देणे हे परिषदा आणि संमेलनाचे कर्तव्य आहे. नुसते तोडींच नाही तर त्यांना सोबत घेऊन विहिरीवर जा. त्यांच्या मुलांना शाळेत प्रवेश द्या. परंतु धर्माच्या निमित्ताने बालविवाहाला विरोध करणाऱ्या विधेयकांचा गदारोळ होत असलेल्या विधीमंडळात अस्पृश्यांचा समावेश करण्याचे धाडस ते कसे करू शकतात ?

त्यामुळे त्यांचे स्वतःचे लोकप्रतिनिधी असावेत, असे आमचे मत आहे. त्यांनी स्वतःसाठी अधिक अधिकाराची मागणी करावी. आम्ही स्पष्टपणे म्हणतो, जागे व्हा, अस्पृश्य म्हटल्या जाणारे खरे लोकसेवक आणि बांधवानो ! उठा ! तुमचा इतिहास बघा. गुरू गोंविंद सिंग यांच्या सैन्याची खरी ताकत तुम्हीच होते ! तुमच्या भरवशावर शिवाजी सर्व काही करू शकले, त्यामुळे त्यांचे नाव आजही जिवंत आहे. तुमचे बलिदान सुवर्ण अक्षरात लिहिलेल आहे. लोकांची रोजच सेवा करून, लोकांचे सुख वाढवून जगणे शक्य करून तुम्ही किती मोठे उपकार करीत आहात हे आम्हाला समजत नाही. लँड एलिएशेन कायद्यानुसार पैसे गोळा करूनही जमीन खरेदी करता येत नाही. तुमच्यावर इतका अत्याचार होत आहे की मिस मेयो माणसांनाही म्हणते-

जागे व्हा, तुमची शक्ती ओळखा.संघटीत व्हा. वास्तवात स्वतः प्रयत्न केल्याशिवाय काहीही मिळू शकणार नाही. (Those who would be free must themselves strike the blow)

स्वातंत्र्य साधकांनी स्वातंत्र्यासाठी प्रयत्न केले पाहिजेत. मनुष्याने हळूहळू अशा सवयी विकसित केल्या आहेत की त्याला स्वतःसाठी अधिक अधिकार हवे आहेत, परंतु जे त्याच्या अधीन आहेत त्यांना त्याच्या बुटाखाली ठेवायचे आहे एक म्हण आहे- लातेचे भूत शब्दाने ऐकत नाही.' म्हणजेच संघटित व्हा, आपल्या पायावर उभे रहा आणि संपूर्ण समाजाला आव्हान द्या. मग बघा तुमचा हक्क कोणीही नाकारू शकणार नाही. इतराचे खाद्या बनू नका. इतरांच्या तोंडाकडे पाहू नका. पण लक्षात ठेवा, नोकरशाहीच्या जाळ्यात अडकू नका. ती तुमची काही मदत करणार नाही. पण ती तुम्हाला बळीचा बकरा बनवते. हि भांडवलशाही नोकरशाहीच तुमच्या गुलामगिरीचे आणि गरिबीचे खरे कारण आहे. म्हणूनच तिच्यासोबत कधीही हातमिळवणी करू नका. तिच्यापासून सावध रहा. मग सर्व काही ठीक होईल. तुम्हीच खरे सर्वहारा आहात... संघटित व्हा. तुमचे कसलेही नुकसान होणार नाही. तुटल्या तर गुलामीच्या बेड्या तुटतील. उठा आणि वर्तमान व्यवस्थेविरूद्ध उठाव करा. हळूहळू सुधारणा करून काहीही साध्य होणर नाही. सामाजिक चळवळीतून क्रांती घडवा आणि राजकीय आणि आर्थिक क्रांतीसाठी सज्ज व्हा. तुम्ही देशाचा मुख्य आधार आहात, खरी शक्ती आहात. झोपलेल्या सिंहानो ! उठा आणि बंड सुरू करा.

●

३
तरूण !
(मे, १९२५)

तरूण ! खाली दिलेला भगतसिंहाचा हा लेख बलवंत सिंग यांच्या नावाने साप्ताहिक 'मतवाला' (वर्षे २ अंक क्रं ३६ १६ मे, १९२५) मध्ये प्रकाशित झाला होता. 'मतवाला' या संपादकीय कार्याशी निगडित आचार्य शिवपूजन सहाय यांच्या डायरीतही या लेखाची चर्चा आढळते. लेखापुर्वी इथे 'आलोचना'मध्ये प्रकाशित झालेल्या डायरीतील तो उताराही उद्‌धृत केला जात आहे.

सांयकाळी कॉन्फरन्स हॉलच्या रंगमंचावर देशभक्ताच्या स्मरणार्थ सभा झाली. भगतसिंहानी 'मतवाला' (कलकत्ता) मध्ये एक लेख लिहिला होता. मी ते संपदित करून छापले होते. आणि पुस्तक भांडारने प्रकाशित केलेल्या युवक साहित्या मध्येही संग्रहीत केले होते. तो लेख बलवंत सिंग यांच्या नावाने लिहिला होता. क्रांतीकारी लेख अनेकदा टोपन नावाने लिहिले जात असत. हे रहस्य कोणालाच माहित नाही. तो लेख तरूणाबद्दल होता. त्यांनी ते लाहोरहून पाठवला होता. खऱ्या नावाऐवजी 'बलवतं सिंग' असे छापावे असे लिहिण्यात आले होते.

(आचार्य शिवपूजन सहाय यांच्या डायरीतील उतारे २३ मार्च, पृष्ठ २८, टीका-६७/वर्षे ३२/ ऑक्टोबर-डिसेंबर, १९८३)

तारूण्य हा मानवी जीवनाचा वसंत ऋतू आहे. तारूण्यात मनुष्य धुंदीत जगतो. जणू हजारो बाटल्यांची नशा. निर्मात्याने दिलेल्या सर्वशक्ती हजारो प्रवाहातून बाहेर पडतात. तारूण्य हे मदंध मातंगासारखे बेलगाम, पावसाळ्यात शोणभ्रदासारखे उग्र,

प्रलयकाळात प्रभंजनासारखे उग्र, नवीन वसंत ऋतुच्या पहिल्या कळीसारखे कोमल, ज्वालामुखीसारखे बेलगाम आणि भैरवी-संगीतसारखे मधूर तेजस्वी सकाळचे सोंदर्य, सुरेल संध्याकाळचे सौंदर्य, शरच्चंद्रिकेचा गोडवा, उन्हाळयातील दुपारचा उष्मा आणि भाद्रपदी अमावस्येच्या मध्यरात्रीची उग्रता यौवनात उपजतच असते. जसे की क्रांतीकारच्या खिशात बॉम्ब, षडयंत्रकर्त्याच्या कमरेला लपवलेले पिस्तूल, शूर योद्याच्या हातात जशी तलवार असते, तशीच तरूण माणसाच्या अंगात तारूण्यावस्था. १६ ते २५ वर्षाच्या कालावधीसाठी, देव आणि हाडे आणि खडकाच्या कोषात संपूर्ण जगाच्या रडण्याला एकत्र करतो आणि बदं करतो. दहा वर्षे ही लाकडे होडी वादळाच्या मध्यभागी डगमगते. शस्य श्यामला तरूणातील वसुंधराहूनही सुंदर आहे. पण ती भूकपाच्या उग्रतेने भारलेली आहे. म्हणूनच तरूणासाठी दोनच मार्ग आहेत. तो प्रगतीच्या सर्वोच्च शिखरावर चढू शकतो, तो अधोगतीच्या अंधारात कोसळू शकतो. त्याची इच्छा असल्यास, एक तरूण माणूस त्याग करणारा असू शकतो, त्याची इच्छा असल्यास एक तरूण विलासी माणूस बनू शकतो. तो देव बनू शकतो किंवा तो पिशाच्च देखील होऊ शकतो. केवळ तोच जगाला त्रास देऊ शकतो, तोच जगाला संरक्षण देऊ शकतो. जगात तरूणांचेच साम्राज्य आहे. जगाचा इतिहास तरूणांच्या नोंदीनी भारलेला आहे. तारूण्य म्हणजे रणचंडीच्या कपाळावरची रेष आहे. तरूण हा देशाचा अभिमान आहे. तरूण हे देशाच्या विजयाचे आणि वैभवाचे बलवान प्रतिक आहे. तो महाभारतातील भीष्मपर्वातील पहिल्या आरोळयाइतकाच उग्र, पहिल्या भेटीच्या अग्नि चुंबनासारखा खंबीर, गोड, रावणाच्या उद्धटपणासारखा निर्भय, प्रल्हादांच्या सत्याग्रहाइतका खंबीर आणि स्थिर आहे. जर तुम्हाला मोठे हृदय हवे असेल तर तरूणांच्या हृदयात पहा. स्वार्थत्यागी वीर पहायाचा असेल तर तरूणांकडून विचारा. रसिकता त्यांच्या वाट्याला आली आहे. भावनीकतेवर त्याचा शिक्का आहे. गद्यशास्त्राबाबत अनभिज्ञ असूनही ते प्रतिभावान कवी आहे. कवी हा स्वतः हृदयाचा मधही असतो. त्यांना रसाची व्याख्या माहीत नाही पण ते कवितेचे जाणकार आहेत. तारूण्य ही विश्वाची एक विचित्र समस्या आहे. दैवी सृजन कौशल्याचा एक उत्कृष्ठ नमुना म्हणजे तारूण्य. संध्याकाळी तो नदीकाठी तासनतास बसतो. क्षितिजाकडे जाणारा रक्तकिरण सूर्यदेवाकडे आकर्षित डोळयांना पहात रहातो. पलिकडे येणाऱ्या संगिताच्या लहरीच्या संथ प्रवाहात माणूस मग्न होतो. त्याचे जीवन विचित्र आहे. त्याचे धाडस आश्चर्यकारक आहे. त्याचा उत्साह कमी होत नाही.

तो निश्चित आहे, बेसावध आहे. एकाग्रता लागली तर रात्रभर जागणे त्याच्यासाठी सहज आहे, भाऊबीजेची दुपार म्हणजे चैताचे चांदणे, पावसाची झड म्हणजे मंगलोत्सवाच्या फुलांचा पाऊस, स्मशनातील शांतता, जमीन, बगीचे सौंदर्य हे उद्याचे गुंजन आहे. त्याने ठरवले तर तो समाज आणि जातीचे प्रबोधन करू शकतो, देशाचा गौरव करू शकतो, राष्ट्राचा चेहरा उजळवू शकतो, मोठीमोठी साम्राज्य उलथून टाकू शकतो. पतितांच्या उन्नतीची आणि जगाच्या उद्धाराची सूत्रे त्याच्या हाती आहेत. तो या विशाल जागतिक मंचाचा एक कुशल खेळाडू आहे.

रक्ताचा नैवेध हवा असेल तर तरूणाशिवाय कोण देणार ? त्याग हवा असेल तर तरूणाकडे बघावे लागेल. प्रत्येक जातीचे तरूण भाग्यवान आहेत.

एका पाश्चिमात्य विद्वानाने बराबर म्हटले आहे-

It is an established truism that youngmen of today are the counrymen of tomorrow holding in their hands the high destinies of the land. They are the seeds that spring and bear fruit.

तात्पर्य आजचे तरूण उद्याच्या देशाचे भाग्यविधाते आहेत. ते भविष्यातील यशाची बीजे आहेत. जगाच्या इतिहासाची पाने उघडा आणि पहा की ते तरूणांच्या रक्ताने लिहिलेल्या अमर संदेशांनी भारलेले आहेत. जगातील क्रांती आणि बदलाची क्रमवारी लावा, आणि तुम्हाला त्यांच्यामध्ये असेच तरूण सापडतील, ज्यांना शहाण्यानीं 'वेडी मुले' किंवा 'भ्रमिष्ठ' म्हटले आहे. पण ज्या पायऱ्या आहेत, ज्या जपानी तरूणांनी देशप्रमातून गडाचे खड्डे भरले ते पोलादाचे तुकडे होते जे जिद्दी आहेत त्यांना कसे समजणार ? खरा तरूण बिनधास्तपणे मृत्यला कवटाळतो, छाती उघडी ठेवून संगीनांच्या समोर उभा रहातो, तोफेच्या तोंडाशी बसूनही हसत रहातो, साखळदंडाच्या गजरात राष्ट्रगीत म्हणतो आणि घरच्यांना न जुमानताफासावर चढतो. फाशीच्या दिवशी वजन वाढवणारा तो तरूण, तुरूंगाच्या चबुतऱ्यावर मुक्तीचा मंत्र गाणारा तरूणच, अंधारकोठडीच्या अंधारात बुडाल्यावरच आपल्या देशाला अंधारातून सोडवतो. अमेरिकेतील युवा गटाचे नेते पॅट्रीक हेन्री यांनी एकदा आपल्या शक्तीशाली भाषणात म्हटले-

Life is a dearer outside the prisonwalls, but it is immeasurably dearer within the prison-cells, where it is the price for the freedom fight.

तुरूंगाच्या भितींच्या बाहेरचे आयुष्य जास्त महागडे आहे, पण जेलच्या काळकोठडीतले जीवन अधिकच महागडे आहे, कारण की तिथे स्वातंत्र्य लढ्याची किंमत मोजली जाते.

जेव्हा असा सजीव नेता आहे, तेव्हाच अमेरिकेच्या तरूणात ही ज्वलंत घोषणा करण्याची धाडस आहे की " We believe that when a Government becomes a destructive of the natural right of a man, it is the msns duty to desrtroy that Govrnment"

म्हणजेच जन्मसिद्ध अधिकार दडपणाऱ्या शक्तीचा नायनाट करणे हे माणसाचे कर्तव्य आहे, असे अमेरिकेतील तरूणांचे मत आहे.

हे भारतीय तरूणांनो ! का नकळत, बेफिकीर झोपेत पडून आहात ? जागे व्हा, डोळे उघडा, पहा, पूर्व दिशेचे कपाळ लाल झाले आहे. आता जास्त झोपू नका. जर तुम्हाला झोपायचे असेल तर शाश्वत झोपेच्या आवस्थेत जा. भ्याडपणाच्या गाभ्यात वासना का झोपी जातोस ?

मोह-माया ममतेचा त्याग करून गर्जना कर:

"Farewell farewell My true Love
The army is on move,
And if I stayed with you Love,
A coward I shall prove."

तुझी माता, तुझी प्रा:स्मरण, तुझी परम उपासना, तुझी जगदंब, तुझी अन्नपूर्ण, तुझी त्रिशूलाधारिणी, तुझी सिंहवाहिनी, तुझी षस्यशामलांचला आज ढसाढसा रडत आहे. त्याचा त्रास तुम्हाला थोडाही अस्वस्थ करीत नाही का ? लाज वाटते तुझ्या निर्जिवपणाची ! या नपुंसकतुपुढे तुमचे पूर्वजही नतमस्तक आहेत ! तुझ्यात अजूनही थोडी लाज बाकी असेल तर उठ आणि आईच्या दुधाचा आदर कर, तिला वाचण्याची जबाबदारी घे, तिच्या अश्रूच्या प्रत्येक थेंबाची शपथ घे, तिची नाव किणारी लाव आणि मोठ्या आवाजात म्हण, वंदे मातरम.

●

४

नवजवान सभेचा जाहीरनामाम, लाहोर
(एप्रिल, १९२८)

शहीद भगतसिंह आणि भगवती चरण बोहरा यांनी १९२६ पासूनच तरूण आणि विद्यार्थ्यांना संघटित करण्याचे प्रयत्न सुरू केले होते. ११,१२,१३ एप्रिल रोजी अमृतसर`थे झालेल्या नवजवान भारत सेभेच्या अधिवेशनासाठी सभेचा जाहीरनामा तयार करण्यात आला होता, जो खालीलप्रमाणे दिला आहे. या सभेचे सरचिटणीस भगतसिंग तर भगवती चरण बोहरा प्रचार सचिव झाले.

तरूण मित्रांनो,

आपला देश अराजकतेच्या आवस्थेतून जात आहे. आजूबाजुला एकमेकांबद्दल अविश्वास आणि निराशेचे साम्राज्य आहे. देशातील बड्या नेत्यांचा त्यांच्या आदर्शांवरचा विश्वास उडाला आहे आणि बहुतेकांवर जनतेचा विश्वास राहिलेला नाही. भारतीय स्वातंत्र्याच्या वकीलाकडे कोणताही कार्यक्रम नाही आणि त्यांच्यात उत्साहाचा अभाव आहे. सगळीकडे अराजकता आहे. पण अराजकता हा राष्ट्र उभारणीच्या प्रक्रियेतील एक अपरिहार्य आणि आवश्यक टप्पा आहे. अशा नाजूक क्षणांमध्येच कार्यकर्त्यांच्या प्रमाणिकपणाची कसोटी लागते, त्यांचे चारित्र्य घडवले जाते, खरा कार्यक्रम बनवला जातो आणि मग नव्या उमेदीने, नव्या आशा, नव्या विश्वासाने आणि नव्या जोमाने कामाला सुरूवात होते. त्यामुळे निराश होण्यासारखे काही नाही. नवीन युगाच्या उंबरठ्यावर उभे असलेले आपण खूप भाग्यवान आहोत. ब्रिटिश नोकरशाहीची स्तुती करणारी गाणी आता मोठ्या प्रमाणावर ऐकायला मिळत नाहीत. इंग्रजांना आमच्यासाठी

एक ऐतिहासिक प्रश्न आहे की तुम्ही तलवारीच्या जोरावर राज्य कराल की लेखनीच्या जोरावर ? हा आता जबाबदार प्रश्न आहे. ''आम्ही तलवारीने आणि शक्तीने भारत जिंकला आणि तलवारीच्या बळावरच आम्ही तो आमच्या हाती घेऊ.' या प्रामाणिकपणाने आता सर्वकाही स्पष्ट केले आहे. जालियनवाला आणि मानावालाचे अत्याचार लक्षात घेतल्यावर असे उदधृत करणे की ''चांगले सरकार स्वशासनाची जागा नाही घेऊ शकत, मूर्खपणाचे ठरेल.'' ही गोष्ट तर स्पष्ट आहे.

ब्रिटिश राजवटीने भारतात दिलेल्या सुखसोयीबद्दल देखील दोन शब्द ऐका. भारतीय उद्योगाचे पतन आणि विनाशासंदर्भात साक्ष देण्यासाठी रमेशचंद्र दत्त, विल्यम डिग्बी आणि दादाभाई नवरोजी यांचे सर्व लिखान दाखवावे लागेल का ? हे सिद्ध करण्यासाठी कसले पुरावे गोळा करावे लागतील का की आपली सुपीक जमीन आणि खाणी असूनही, भारत आज सर्वात गरीब देशांपैकी एक आहे. आपल्या महान सभ्यतेचा अभिमान बाळगू शकत होता, आज मागे पडला आहे. साक्षरतेचे प्रमाण केवळ पाच टक्के आहे. भारतात सर्वाधिक मृत्यू आणि बालमृत्यूचे प्रमाण जगात सर्वाधिक आहे हे लोकांना माहीत नाही का ? प्लेग, कॉलरा, इन्फ्लूएंझा आणि इतर तत्सम साथीचे आजार दिवसेंदिवस वाढत चालले आहेत. आपण स्वराज्य चालवण्यास असमर्थ आहोत हे वांरवार ऐकायला मिळणे ही अपमानास्पद गोष्ट नाही का ? गुरू गोविंद सिंग, शिवाजी, हिरासिंग यांच्यासारखे शूर पुरूष असूनही आपल्यात आपले संरक्षण करण्याची क्षमता नाही, असे सांगितले जाते, ही अपमानाची बाब नाही का ? खेद आहे की आपण आपले वाणिज्य आणि व्यवसायाला बाल्यावस्थेतच मोडीत निघताना पाहिले आहे. १९१४ मध्ये जेव्हा बाबा गुरू सिंग यांनी गुरू नानक स्टमशिप सुरू करण्याचा प्रयत्न केला तेव्हा देशात अमानुष वागणूक देण्यात आली आणि भारतात येताना आणि शेवटी बज बज बंदरात त्या धाडसी प्रवाशांचे गोळ्या झाडून रक्तरंजित स्वागत करण्यात आले. आणखी इतरही काय नाही करण्यात आले ? काय आम्ही हे सर्व पाहिले नाही ? त्या भारतात जिथे द्रोपदीचे रक्षण करण्यासाठी महाभारतासारखे महायुद्ध लढले गेले, तिथे १९१९ मध्ये डझनभर द्रोपदींचा अपमान करण्यात आला. त्यांच्या उघड्या तोंडावर थुंकण्यात आले. आम्ही हे सर्व पाहिले नाही का ? तरीही आपण वर्तमान व्यवस्थेवर समाधानी आहोत. हे जीवन जगण्यासारखे आहे का ?

आपण गुलाम आहोत आणि आपण स्वतंत्र असायला हवे याची जाणीव करून

देण्यासाठी आपल्याला काही दैवी बुद्धि किंवा आकाशवाणीची आवश्यकता आहे ? आपण संधीची वाट पहाणार आहोत की अज्ञाताची प्रतिक्षा करणार आहोत जे आपल्याला जाणीव करून देतील की आपण दलित आहोत ? आपण काही दैवी मदत येण्याची किंवा चमत्कार होण्याची प्रतिक्षा करीत रहायचे काय की आपण मुक्त झालो आहोत ? स्वातंत्र्याच्या मूलभूत सिद्धांत आपणास माहित नाहीत ? ज्यांना मुक्त व्हायचे आहे त्यांना स्वतःलाच लढावे लागेल." तरूणांनाने उठा, उठा, आपण दीर्घ काळापासून झोपेत आहोत !

आपण फक्त तरूणांना आवाहन केले आहे कारण तरूण हे धाडसी, उदार आणि भावनाप्रधान असतात, कारण युवक हसतमुखाने अमानुष अत्याचार सहन करतात आणि कसलाही संकोच न करता मृत्यूला सामोरे जातात, कारण मानवी प्रगतीचा संपूर्ण इतिहास तरूण आणि स्त्रीयांच्या रक्ताने लिहिलेला आहे. कारण सुधारणा नेहमीच तरूणांच्या शक्ती, धैर्य, आत्मत्याग आणि भावनीक विश्वासाच्या जोरावर साध्य झाल्या आहेत. "असे तरूण ज्यांना भीती माहित नाही आणि जे विचार करण्याऐवेजी समजून घेतात."

काय ते जपानचे तरूण नव्हते ज्यांनी पोर्ट आर्थरपर्यंत पोहचण्यासाठी कोरडा मार्ग तयार करण्यासाठी शेकडोच्या संख्येने स्वतःला दरीत लोटून दिले होते ? जपान आज जगातला सर्वांत प्रत असलेला देश म्हणून आहे. काय ते पोलंडचपूर्ण शतकभरात अनेकदा संघर्ष केला, पराजित झाले आणि नंतर पुन्हा धैर्याने लढले ? आणि आज एक मुक्त पोलंड आपल्या समोर आहे. ऑस्ट्रलियाच्या जोखडातून इटलीची मुक्तता कोणी केली ? तरूण इटलीने !

यंग तुर्कांनी दाखवलेला अप्रतिम पराक्रम तुम्हाला माहीत आहे का ? चीनचे तरूण काय करत आहेत हे तुम्ही रोज वर्तमानपत्रात वाचत नाही का ? रशियन लोकांच्या उद्धारासाठी आपल्या प्राणांची आहुती देणारे ते रशियाचे तरूण नव्हते का ? गेल्या शतकात, शेकडो हजारो लोकांना फक्त समाजवादी पत्रक वाटण्याच्या गुन्ह्यासाठी तुरूंगात टाकण्यात आले कारण ते सोशलिस्ट डिबेटिंग सोसायटीचे सदस्य होते. पुन्हा पुन्हा दडपशाहीच्या वादळाचा सामना केला, पण हिंमत हारली नाही. ते संघर्षशील तरूण होते. आणि केवळ तरूणच सर्वत्र निर्भयपणे कोणत्याही संकोचाशिवाय आणि मोठ्या अपेक्षा न ठेवता लढू शकतात आणि आज आपण महान रशियामध्ये जगाचा तारणहार पाहू शकतो.

आपण भारतीय असताना आपण काय करतोय ? पिंपळाच्या झाडाची फांदी तुटली की हिंदूच्या धार्मिक भावना दुखावल्या जातात. मूर्ती फोडणाऱ्या मुस्लिमांच्या ताजिया नावाच्या कागदी मूर्तीचा कोपरा फोडला की अल्लाहचा कोप होतो आणि मग तो अशुद्ध हिंदूच्या रक्तापेक्षा कशानेही समाधानी होत नाही. प्राण्यांपेक्षा माणसाला जास्त महत्त्व द्यायला हवे. पण इथे भारतात पवित्र प्राण्यांच्या नावाखाली लोक एकमेकांची डोकी फोडतात.

आंतरराष्ट्रीयतेच्या निरर्थक मूर्खपणामागे आपला आळश लपवणारे इतरही अनेकजण आहेत. जेव्हा त्यांना त्यांच्या देशाची सेवा करण्यास सांगितली जाते तेव्हा ते म्हणतात, 'महोदय, आम्ही जगाशी बांधलेले आणि वैश्विक बंधुत्वावर विश्वास ठेवणारे आहोत."

"आपण इंग्रजासोबत भांडले नाही पाहिजे. ते आमचे बांधव आहेत." किती महान विचार आहेत ! पण त्यातील गुंता समजून घेण्यात ते अपयशी ठरतात. विश्वबंधुत्वाच्या तत्त्वाची मागणी आहे की माणसाचे माणसाकडून आणि राष्ट्राचे राष्ट्राकडून शोषण थांबले पाहिजे. कोणताही भेदभाव न करता समान संधी उपलब्ध करून दिल्या पाहिजेत. भारतातील ब्रिटिश सरकार या सर्व गोष्टींच्या अगदी विरूद्ध आहे आणि त्याच्याशी आपल्याला कसलाही संबंध ठेवायचा.

आता समाजसेवेबद्दल दोन शब्द. समाजसेवा (ज्या संकुचित अर्थाने हा शब्द आपल्या देशात वापरला आणि समजला जातो) हाच आपल्या सर्व आजारांवर इलाज आहे आणि देशसेवेचा उत्तम प्रकार आहे, असे अनेक सत्पुरूषांचे मत आहे. अशा प्रकारे आपण पहातो की अनेक प्रामाणिक तरूण गरीबांना धान्य वाटून किंवा आजारी लोकांची सेवा करून आयुष्यभर समाधानी असतात. हे चांगले आणि आत्मत्यागी लोक आहेत पण त्यांना हे समजत नाही की भारतातील उपासमार आणि रोगराईची समस्या दानधर्म करून सोडवता येत नाही.

धार्मिक अंधश्रद्धा आणि धर्मांधता हे आपल्या प्रगतीत मोठे अडथळे आहेत. ते आपल्या मार्गातील अडथळे असल्याचे सिद्ध झाले आहेत आणि कोणत्याही परिस्थितीत आपण आपली सुटका करून घेतली पाहिजे. ज्या गोष्टी स्वतंत्र विचारांना सहन करू शकत नाहीत, त्यांनी समाप्त व्हायला हवे." अशाच प्रकारच्या अनेक कमकुवत गोष्टी आहेत ज्यावर आपल्याला मात करायची आहे. हिंदूंच्या रूढी आणि कट्टरपणा, मुस्लिमांची धर्मांधता तसेच दुसऱ्या देशाबद्दल आकर्षण आणि सर्व धर्मियांचा संकुचित दृष्टीकोण या गोष्टीचा परकीय शत्रू नेहमी फायदा घेतो.

आम्ही काहीच मिळवले नाही आणि आम्ही काही मिळवण्यासाठी कशाचाही त्याग करण्यास तयार नाहीत. स्वातंत्र्य मिळाल्यावर कोणत्या धर्माचा किती हिस्सा असेल, हे ठरविण्यासाठीच आपले नेते भांडत आहेत. केवळ त्यांचा भित्रेपणा आणि आत्मत्यागाचा अभाव लपवण्यासाठी ते खऱ्या समस्या झाकून खोट्या समस्या उभ्या करीत आहेत. हे आरामात जगणारे राजकारणी त्यांच्या मुठभर तुकड्यावर नजर लावून बसले आहेत. जसा त्यांचा विशवास आहे, सशक्त शासकगण त्यांच्या समोर काही तुकडे फेकू शकतात. ही फारच अपमानजनक गोष्ट आहे. जी माणसं स्वातंत्र्याच्या लढाईत समोर येतात, ते बसून हे ठरवू शकत नाहीत की इतक्या त्यागानंतर त्यांना यश मिळेल आणि त्यात त्यांना इतकी हिस्सेदारी असायला हवी. अशाप्रकारचे लोक कधीही कोणत्याही प्रकारचा त्याग करीत नाहीत. आपल्याला अशाप्रकारच्या लोकांची गरज आहे, ज्यांना कसलीच आशा नाही, निर्भय होऊन आणि कसलाही संकोच न करता लढण्यास तयार असतील आणि सन्मानाची अपेक्षा न करता, न रडणारे आणि कौतूकाची थाप न मिळताही मृत्यूला सामोरे जाण्यास तयार असतील. अशाप्रकारच्या उत्साहाच्या अभावी आम्ही दोन टोके असणारे या युद्धात नाही लढू शकणार. आपल्याला जे लढयाचे आहे ते युद्ध दोन बाजूच आहे, कारण एकिकडे आपल्याला अंतर्गत शत्रुशी लढायचे आहे, तर दुसरीकडे बाह्य शत्रुशी. आपली खरी लढाई स्वतःसोबत आणि आपल्या अपात्रतेविरूद्ध आहे. आपला शत्रु आणि काही आपले लोक खाजगी स्वार्थासाठी त्यांचा फायदा घेत आहेत. पंजाबच्या तरूणांनो, दुसऱ्या प्रदेशातील तरूण त्यांच्या क्षेत्रात प्रचंड मेहनत करीत आहेत. बंगालचे तरूण ३ फेब्रवारीला ज्या जागृत संस्था आणि संघटन क्षमतेचा परिचय दिला, त्यातून आपण धडा घ्यायला हवा. आपण केलेला त्याग सोडला तरी पंजाबला राजकीदृष्ट्या मागासलेला भाग समजतात. का ? कारण लढाऊ जमात असतानाही संघटीत आणि शिस्तबद्ध नाही. आपल्याला तक्षशिला विद्यापीठाचा गर्व आहे, परंतु आज आपल्याकडे संस्कृतीचा अभाव आहे आणि संस्कृतीसाठी उच्च दर्जाचे साहित्य पाहिजे, ज्याची रचना सुविकसीत भाषेच्या अभावी होऊ शकत नाही. दुःखाची गोष्ट आहे की आज आपल्याकडे त्यापैकी काहीच नाही.

देशासमोर वरील प्रश्नांचे उत्तर शोधण्यासोबतच आपल्याला आपल्या जनतेला आगामी महान संघर्षासाठी तयार करावे लागेल. आपली राजकीय लढाई १८५७ च्या स्वातंत्र्य संग्रामच्या सोबतच सुरू झाली होती. अनेक वळणे घेत ती पुढे आली.

विसाव्या शतकाच्या आरंभीच इंग्रज नोकरशाहीने भारतासाठी एक नवे धोरण आखले आहे. ते आपल्या देशातील भांडवलदार आणि मध्यमवर्गीय लोकांना सवलती देऊन त्यांच्या बाजूने करू लागले आहे. दोघांचे हित सारखेच होऊ लागले आहे. भारतात ब्रिटीश भांडवलाचा हाच अर्थ होऊ लागला आहे. हाच परिणाम होईल. नजिकच्या भविष्यात लवकरच आपण त्या वर्गाला तसेच त्याच्या नेत्यांना विदेशी शासकासोबत पाहू. कोणत्या गोलमेज सभेत किंवा कोणत्या प्रकारच्या आणि संस्थाद्वारा दोघात ताळमेळ घातला जाईल. समस्त भारतीय जनतेच्या येणाऱ्या महान संघर्षाच्या भीतीने स्वातंत्र्यासाठी या तथाकथित वकीलाच्या रांगा दूर ठेवल्या तर दुसरे काही करण्याची गरज पडणार नाही.

देशाला तयार करण्याच्या भावी कार्यक्रमाची सुरूवात आदर्शवाक्याने होईल 'क्रांती जनतेने, जनतेसाठी' दुसऱ्या शब्दात ९८ टक्के साठी स्वराज्य. स्वराज्य, जनतेद्वारा प्राप्तच नाही तर जनतेसाठी देखील. हे एक फार कठीण काम आहे. असे असले तरी आपल्या नेत्याने अनेक सल्ले दिले आहेत परंतु जनतेला जागृत करण्यासाठी कसलीही योजना समोर ठेवून त्यावर अंमलबजावणी करण्याचे धाडस कोणी केले नाहीत. खोलात न जाताही हा दावा आपण करू शकतो की आपला उद्देश प्राप्तीसाठी रशियन तरूणाप्रमाणे आपले हजारो तरूणांना त्यांचे जीवन गावात घालवावे लागेल आणि लोकांना समजावून सांगावे लागेल की भारतीय क्रांतीचा अर्थ केवळ मालक बदलणे नाही. त्याचा अर्थ आहे नव्या व्यवस्थेचा जन्म. एक नवी राज्यव्यवस्था. हे एका दिवसाचे किंवा एक वर्षाचे काम नाही. अनेक दशकांचे आत्मबलिदानच जनतेला त्या महान कार्यासाठी तत्पर करू शकेल आणि या कार्याला केवळ क्रांतीकारी तरूणच पूर्ण करू शकेल. क्रांतीकारी असण्याचा अर्थ केवळ बॉम्ब आणि पिस्तोल असणारा व्यक्ती नाही. तरूणांच्या समोर जे काम आहे, ते फारच कठीण काम आहे, त्यासाठी लागणारी साधणं फार कमी आहेत. त्या मार्गात अनेक अडथळे असू शकतील. परंतु थोडी परंतु निष्ठावान माणसे त्यावर मात करू शकतील. तरूणांनी पुढे जायला हवे. त्यांच्यासमोर जे कठीण तसेच अडथळयांचा मार्ग आहे, आणि त्यांना जे महान कार्य पूर्ण करायचे आहे, ते त्यांनी समजून घेतले पाहिजे. त्यांनी त्यांच्या मनात ही गोष्ट ठेवली पाहिजे की यश केवळ एक योगायोग आहे, परंतु बलिदान एक नियम आहे. त्यांचे जीवन निरंतर अपयशी जीवन ठरू शकतं, गुरू गोविंद सिंहाना ज्या वाईट परिस्थितीला तोंड द्यावे लागले होते, होऊ शकतं त्यापेक्षाही वाईट परिस्थितीला तोंड द्यावे लागेल. तरीपण

त्यांना असे म्हणावे की अरे हा तर सगळा भ्रम होता, पश्चाताप नाही करावा लागणार.

तरूण मित्रांनो, इतक्या मोठ्या लढाईत एकटे पडलात तर निराश होऊ नका. तुमची शक्ती ओळखा. स्वतःवर विश्वास ठेवा. यश तुमच आहे. धनहीन, असहाय तसेच साधनहीन आवस्थेत भाग्य तपासण्यासाठी आपल्या आपल्या मुलांना घराबाहेर पाठवताना जेम्स गॅरीबाल्डीची महान आई जे म्हणाली होती, ते शब्द लक्षात ठेवा. ती म्हणाली होती, 'दहापैकी एका तरूणासोबत जी चांगली घटना घडू शकते ती म्हणजे त्याला जहाजाच्या छतावरून पाण्यात फेकले जाणे, म्हणजे त्याला पोहून परत येता येईल." प्रणाम आहे अशा मातेला, जिने हे शब्द म्हटले आणि प्रणाम आहे त्या लोकांना ज्यांनी याची अमलबजावणी केली.

इटालीच्या पुनरूत्थानचे प्रसिद्ध विद्वान मॅझिनीने एकदा म्हटले होते, "सर्व गैर महान राष्ट्रीय आंदोलनाची सुरूवात जनतेमधून अनोळखी किंवा अज्ञात, प्रभावशाली व्यक्तीकडून होते, ज्यांच्याकडे वेळ आणि अडचणीवर मात करण्याची पर्वा करणारा विश्वास तसेच इच्छाशक्ती सोडून दुसरं काही नसतं. "जीवनाच्या नावेला दोर चालवू द्या. तिला सागराच्या लाटेवर तरंगू द्या आणि नंतर-

लंगर ठहरे हूए पानी में पडता है ।
विस्तृत और आश्चर्यजनक सागर पर विश्वास करो
जहाँ ज्वार हर समय ताजा रहता है
और शक्तीशाली धाराएँ स्वतंत्र होती है
वहाँ अनायास, ऐ नौजवान कोलम्बस
सत्य का तुम्हारा नया विश्व हो सकता है ।

संकोच करू नका, आवताराच्या सिद्धांताच्या संदर्भात तुमचे डोके खराब करून घेऊ नका आणि त्यामुळे तुम्ही निराश होऊ नका.

प्रत्येक व्यक्ती महान असू शकतो, अट एकच आहे की त्याने प्रयत्न करावेत. आपल्या शहीदांना विसरू नका. करतारसिंह एक तरूण होता, असे असतानाही वीस वर्षापेक्षा कमी वयात देशाची सेवा करीत असताना हसत हसत वंदेमातरम म्हणत तो फासावर गेला. भाई बालमुकूंद आणि अवधबिहारी दोघांनी ध्येयासाठी जीवन घालवले त्यावेळी ते तरूण होते. तू तुमच्यापैकी होते. तुम्हाला देखील तसेच इमानदार, देशभक्त आणि तसेच मनापासून स्वातंत्र्यावर प्रेम कराणारा बनावे लागेल, जसे की ते होते.

संयम आणि भान सोडू नका, धाडस आणि आशा सोडू नका. स्थिरता आणि खंबीरपणा स्वभावाचा भाग बनवा.

तरूणांने स्वातंत्रतापूर्वक, गंभीरतेने, शांती आणि संयम बाळगावा. त्यांनी भारतीय स्वातंत्र्याच्या आदर्शाला आपल्या जीवनाचे एकमेव उद्दिष्ट म्हणून स्वीकारावे. त्यांनी स्वतःच्या पायावर उभे रहावे. त्यांनी बाह्य प्रभावापासून दूर राहून संघटीत रहावे. त्यांनी बेकार आणि बिनकामाच्या लोकांच्या नादी लागू नये. ज्यांच्यासोबत आपला कसला ताळमेळ नाही आणि जे प्रत्येकवेळी नाजूक वेळी आदर्श सोडून देतात. त्यांनी साधेपणा आणि इमानदारीने सेवा, त्याग, बलिदान आदी अणुकरणीय वाक्याच्या रूपात आपले मार्गदर्शक बनवावे. लक्षात ठेवा की राष्ट्रनिर्माणासाठी हजारो अज्ञात स्त्री-पुरूषांच्या बलिदानाची आवश्यकता असते जे त्यांचा आराम आणि हितासाठी, तसेच आपल्या तसेच प्रियजानांच्या प्राणाच्या मोबदल्यात देशाची जास्त काळजी करतात."

६-४-१९२८

वंदेमातरम !

(भगवतीचरण बोहरा बी. ए., प्रचारमंत्री नौवजवान भारत सभाद्वारा अरोड वंश प्रेस, लाहौर मधून मुद्रित तसेच प्रकाशित)

●

५

धर्म आणि आपले स्वातंत्र्ययुद्ध

(मे, १९२८)

मे, १९२८ च्या किरती' मध्ये हा लेख छापण्यात आला. ज्यात भगतसिंहाने धर्माच्या समस्यावर प्रकाश टाकला आहे.

अमृतसरमध्ये ११-१२-१३ एप्रिल रोजी राजकीय परिषद झाली आणि सोबतच तरूणांची परिषद झाली. दोन-तीन प्रश्नावर यात मोठा झगडा आणि चर्चा झाली. त्यापैकी एक प्रश्न धर्मावर देखील होता. तसा तर धर्माचा प्रश्न कोणी केला नसता, परंतु जातीयवादी संघटनाच्या विरोधात प्रस्ताव सादर झाला आणि धर्माच्या आड लपणारांनी स्वतःला वाचविण्याचा प्रयत्न केला. तसा तर हा प्रश्न काही काळ केला नसता, परंतु अशाप्रकारे समोर आल्याने स्पष्टपणे त्यावर चर्चा करता आली आणि धर्माची समस्या सोडवण्यावर देखील चर्चा झाली. प्रादेशीक परिषदेच्या विशेष समितीत देखील मौलाना जफर अली साहाबने पाच-सहा वेळा खुदा खुदा केल्याने अध्यक्ष पंडित जवाहरलालने म्हटले "तुम्ही धर्मप्रचारक असाल तर मी धर्मनिरपेक्षतेचा प्रचारक आहे." नंतर लाहौरमध्ये देखील या विषयावर नौजवान सभेने एक बैठक बोलावली. अनेकांची भाषणे झाली धर्माच्या नावाचा फायदा घेणारे आणि हा प्रश्न विचारल्यावर झगडा होण्याच्या भीतीने घाबरणाऱ्या अनेक सज्जनाने अनेक प्रकारचे योग्य सल्ले दिले.

सर्वांत महत्त्वाचे गोष्ट जी अनेकदा सांगण्यात आली आहे आणि ज्यावर श्रीमान भाई अमरसिंहजीने झबालने विशेष जोर दिला, तो हा होता की धर्माचा विषयच काढू नका. फार चांगला सल्ला होता. जर कोणाचा धर्म इतरांच्या सुख-समाधानात ढवळा ढवळा करीत असेल, तर त्याविरोधात कोणीही आवाज उठवू शकतो. परंतु प्रश्न असा

आहे की आतापर्यंतचा अनुभव काय सांगतो ? मागच्या आंदोलनात देखील धर्माचा हाच प्रश्न उठला आणि सर्वांना पूर्ण स्वातंत्र्य देण्यात आले. इतके की कॉंग्रेसच्या स्टेजवरून देखील आयतें आणि मंत्र पठण करण्यात येऊ लागले. त्या धर्मात मागे रहाणाऱ्या कोणत्याही व्यक्तीला चांगले समजले जात नव्हते. परिणाम संकुचितपणा वाढू लागला. जो दुष्परिणाम झाला, तो लपून राहिला नाही. आता राष्ट्रवादी किंवा स्वातंत्र्यता प्रेमी धर्माची खरी ओळख लक्षात आली आहे आणि तेव्हापासून धर्माला मार्गातला अडथळा समजतात. विषय असा आहे की धर्म घरात ठेवूनही, लोकांच्या मनात भेदभाव वाढत नाही ? काय त्याच्या देशाला पूर्ण स्वातंत्र्य मिळवण्यापर्यंत काही फरक पडत नाही. या संपूर्ण स्वातंत्र्याचे उपासक सज्जन धर्माला मानसिक गुलामी असं म्हणतात. ते असेही म्हणतात की मुलांना हे सांगणे आहे की ईश्वर सर्वशक्तीमान आहे, मनुष्य काहीच नाही, मातीचा पुतळा आहे.-मुलांना नेहमी कमकुवत बनवावे. त्यांच्या मनातली शक्ती आणि आत्मविश्वासाची भावना नष्ट करून टाकयची आहे. परंतु या विषयावर त्यांच्याशी चर्चा नाही केली आणि थेट आपल्या समोर ठेवलेल्या दोन प्रश्नांचा विचार केला तर आपल्याला दिसते की धर्म आपल्या मार्गातील अडथळा आहे. उदा आपली इच्छा आहे की सर्व माणसं सारखी आहेत. त्यांच्या गरीब श्रीमतं आणि स्पृश्य-अस्पृश्य असा भेदभाव नसावा. परंतु सनातन धर्म या भेदभावाची बाजू घेते. विसाव्या शतकात देखील पंडीत मौलवी सारखे लोक भंगी समाजाच्या व्यक्तीने हार घालून स्वागत केल्यावर घरी गेल्यावर कपड्यासहीत स्नान करतात आणि अस्पृश्यांना जाणवे घालण्यास बंदी करतात. जर या धर्माच्या विरोधात काही बोलायचे नसेल तर गुमान घरी बसावे, नाहीतर धर्माचा विरोध करावा लागेल. लोक असेही म्हणतात की या वाईट चालीमध्ये सुधारण करण्यात यावी. फारच उत्तम ! अस्पृश्यता स्वामी दयानंदजीने संपवली पण ते चार वर्णाच्या पलिकडे जाऊ शकले नाहीत. भेदभाव तर कायम आहे. गुरूद्वारा जाऊन जो शिख 'राज करेगा खालसा' आणि बाहेर येऊन 'पंचायत राज' चा विषय करायचा, तर याला काही अर्थ आहे ?

धर्म तर असे सांगतो की इस्लामवर विश्वास न ठेवणारे तलवारीने उडवले पाहिजेत आणि इकडे एकतेचे गोडवे गायले जात असतील तर परिणाम काय होईल ? आपल्याला माहीत आहे की अजून अनेक ठिकाणी मोठ्या आयती आणि मंत्र पठण करून ओढाताण केल्या जाऊ शकते, परंतु प्रश्न असा आहे की सर्व विवादातून मुक्ती का नाही ? धर्माचे संकट तर आपल्याला आपल्या समोर दिसत आहे. कल्पना करा की

भारतात स्वातंत्र्य लढ्याला सुरूवात झाली आहे. सेना समोरा समोर बंदूका रोखून उभी आहे. गोळी सुटणारच आहे आणि जर अशावेळी मुहम्मद गौरी सारखे विचार सांगण्यात आले, आजही आपल्यासमोर गाई, डुकरे, वेद, कुराण आदी गोष्टी उभ्या केल्या तर आपण काय करणार ? जर पक्के धर्मिक असाल तर आपला बोरिया-बिस्तर गुडाळून घरीच बसू. धर्म असताना हिंदू-मुस्लिम डुक्करावर गोळी चालवू शकतात. धर्माचे मोठे पक्के व्यक्ती तर त्यावेळी सोमनाथच्या अनेक पंडीताप्रमाणे ठाकुरांच्या समोर लोटांगण घालणार आणि दुसरी मंडळी धर्महीन किंवा अधर्मी-कामात असतील. तर आपण कोणत्या निष्कर्षाला येणार ? धर्माच्या विरोधात विचार करावा लागतो. परंतु जर धर्माच्या लोकाप्रमाणे विचार करू लागलो तर ते म्हणतात की जगात अंधार पसरेल, पाप वाढेल. फारच उत्तम ! हिच गोष्ट घ्या. रशियन महात्मा टॉलस्टॉयने त्यांच्या पुस्तकात (एसे आणि राइटिंग) मध्ये धर्मावर चर्चा करीत त्याचे तीन भाग पाडले आहेत.

१) धर्माची आवश्यकता- म्हणजे धर्माची गरज अर्थात खरे बोलणे, चोरी न करणे, गरीबांची मदत करणे, प्रेमाने रहाणे वगैरे.

२) धर्माचे तत्त्वज्ञान-म्हणजे जन्म-मृत्यू, पुनर्जन्म, विश्वरचना आदीचे ज्ञान. यात मनुष्य त्याच्या मर्जीने विचार करण्याचा प्रयत्न करतो.

३) चालीरिती- म्हणजे रूढीपरंपरा वगैरे. याचा अर्थ असा की एका अर्थाने सर्वधर्म एक आहेत. सर्व धर्म सांगतात की खरं बोला, खोटे बोलू नका. प्रेमाने रहा. या गोष्टींना काही सज्जनाने वैयक्तिक धर्म म्हटले आहे. यात तर भांडणाचा विषयच येत नाही. तसे तर असे थोर विचार प्रत्येक व्यक्तीचे असायला हवेत. दुसरा तत्त्वज्ञानाचा विषय आहे. वास्तवात सांगावे लागते की फिलॉसॉफि आऊट कम ऑफ द ह्युमन विकनेस, म्हणजे तत्त्वज्ञान व्यक्तीच्या कमजोरीचे फळ आहे. जिथेही व्यक्ती पाहू शकतो. तिथे कसला झगडा नाही, जिथे काही दिसले नाही, तिथे मेंदू भांडायला सुरूवात करतो आणि वेगळे निष्कर्ष काढतो. तसे तर तत्त्वज्ञान महत्त्वाची गोष्ट आहे. कारण त्याच्याशिवाय प्रगती नाही होऊ शकत. परंतु सोबतच शांतता देखील महत्त्वाची गोष्ट आहे. आपले पूर्वज सांगून गेले आहेत की मृत्यनंतर पुनर्जन्म देखील होतो, ख्रिश्चन आणि मुसलमान तसे समजत नाहीत. ठीक आहे, ज्यांचे त्यांचे विचार आहेत. चला, प्रेमाने बसून चर्चा करू. एकमेकांचे विचार

समजून घेऊ. परंतु 'मसला-ए-तनासुक' वर चर्चा झाल्यावर आर्यसमाजी व मुस्लिमात लाठ्या काठ्या उठतात. विषय असा आहे की दोन्ही समाजाने बुद्धिला कुलूप लावलेले आहे. ते समजतात की वेदात परमेश्वराने असे सांगितले आहे आणि तेच खरे आहे. ते म्हणतात की कुराण शरीफ मध्ये खुदाने असे लिहिले आहे आणि तेच खरे आहे. आपल्या विचाराची शक्ती, (पॉवर ऑफ रिझनिंग)ला सुट्टी दिली आहे. तर जे तत्त्वज्ञान खाजगी कल्याणापेक्षा अधिक महत्त्वाचे नाही, त्यासाठी वेगवेगळे धर्म निर्माण करण्याची गरज नाही, मग तक्रार होणारच नाही.

आता विचार करू तिसऱ्या पद्धतीचा-रूढीपंरपरा. सरस्वती पूजनाच्या दिवशी, सरस्वतीच्या मूर्तीची मिरवणूक गरजेची आहे आणि त्यापुढे बँड-बाजा वाजवणे देखील गरजेचे आहे. परंतु हॅरिमन रोडच्या रस्त्यात मस्जिद लागते. इस्लाम धर्म सांगतो की मस्जिदी पुढे बाजा वाजवू नका. आता काय करायला हवे ? नागरी अधिकाराचा कायदा सांगतो की (सिव्हील राइटस ऑफ सिटिझन) बाजारातून बाजा वाजवत देखील जाऊ शकता. परंतु धर्म सांगतो की नाही. या धर्मात गायीचे बलिदान गरजेच आहे तर दुसऱ्या धर्मात गायीची पूजा केली जाते. आता काय करावे ? पिंपळाची फांदी तोडल्यास धर्मात फरक पडतो तर काय करणार ? तर हे तत्त्वज्ञान आणि रूढीपरंपरा मधील लहान लहान भेद नंतर बनतात आणि वेगवेगळे धर्म (नॅशनल रिलिजन) बनण्याचे कारण बनते. परिणाम आपल्या समोर आहे.

जर धर्मामागे लिहिलेली तिसरी आणि दुसरी गोष्ट अंधविश्वास मिक्स करण्याचे नाव असेल, तर धर्माची काही आवश्यकता नाही. त्याला आजच नष्ट करायला हवे. जर पहिली आणि दुसऱ्या गोष्टीत स्वतंत्र विचार मिळून धर्म बनत असेल, तर मुबारक आहे.

परंतु वेगवेगळे धर्म आणि खण्यापिण्याचा फरक कमी करणे गरजेचे आहे. स्पृश्य-अस्पृश्यतेला मुळापासून संपवण्याची गरज आहे. जोपर्यंत आपण आपला संकुचित विचार सोडून एक होत नाहीत, तोपर्यंत अपण खऱ्या अर्थाने एकात्म होऊ शकत नाही. आपल्या स्वातंत्र्याचा अर्थ केवळ इंग्रजाच्या तावडीतून सुटणे असा नाही, ते पूर्ण स्वातंत्र्याचे नाव आहे-ज्यावेळी लोक परस्पर मिसळून वागतील आणि तरच मनाच्या गुलामीतून स्वतंत्र होऊ.

●

६

जातियवाद आणि दंगे आणि त्यावरीन इलाज

(जून, १९२८)

१९१९च्या जालियनवाला बाग हत्याकांडानंतर ब्रिटिश सरकारने जातीयदंग्यांचा प्रचार करणे चालू केले. याचाच परिणाम म्हणून १९२४ मध्ये कोहोटमध्ये अत्यंत अमानवीय पद्धतीने हिंदू-मुस्लिम दंगली झाल्या. त्यानंतर राष्ट्रीय राजकारणात जातीय दंगलीवर दीर्घ अशा चर्चा झाल्या. ती समाप्त करण्याची गरज सर्वांना वाटली, परंतु कॉंग्रेसी नेत्याने हिंदू-मुस्लिम नेत्यात तडजोड करून दंगली रोखण्याचा प्रयत्न केला. या समस्यावरचा कायम उपाय म्हणून क्रांतीकारी आंदोलनाने आपले विचार पुढे ठेवले. प्रस्तुत लेख जून १९२८च्या किरती मध्ये छापण्यात आला होता. हा लेख या समस्यावर शहीद भगतसिंह आणि त्यांचे सहकारी यांच्या विचारांचा सार आहे.

भारताची दशा यावेळी मोठी दयनीय आहे. एका धर्माचे अनुयायी दुसऱ्या धर्माच्या अनुयायांचे कट्टर शत्रू आहेत. आता तर एका धर्माचे असणे हेच दुसऱ्या धर्माचा शत्रू असणे आहे. या गोष्टीर अद्यापही विश्वास बसत नसेल तर अलिकडेच झालेले ताजे दंगे पाहून घ्या. कशाप्रकारे मुस्लिमांनी निष्पाप अशा शिख आणि हिंदूना मारले आहे आणि कशाप्रकारे शिखांनी देखील नाईलाजाने कसर सोडली नाही. हा दंगा यामुळे करण्यात आला नव्हता की अमूक कोणी दोषी आहे, किंवा अमूक कोणी हिंदू आहे किंवा शिख आहे किंवा मुसलमान आहे. केवळ एखादा व्यक्ती हिंदू असणे किंवा शिख असणे मुस्लमांसाठी पुरेसं होतं. याच न्यायाने एखाद्याने मुस्लिम असणं हेच त्याचा जीवन जाण्याचं कारण ठरू शकत होतं. परिस्थिती अशी असेल तर हिंदूस्थानला केवळ ईश्वरच वाचवू शकतो.

अशा काळात हिंदूस्थानचे भविष्य फारच अंधारमय दिसून येते. या धर्माने हिंदूस्थानला वेठीस धरले आहे. आणि आणखी पण माहीत नाही की या धर्मिक

दंगली देशाला कधी सोडतील. या दंग्याने जगाच्या नजरेत भारताला बदनाम केले आहे आणि आम्ही पाहिले आहे की या अंधश्रद्धेला सर्वजण बळी पडतात. कोणी बिरलाच हिंदू किंवा मुसलमान किंवा सिख असतो, जो आपलं डोंक शांत ठेवतो. बाकीचे सर्व धर्म इथे आपापल्या धर्माच्या नावाचा धाक कायम ठेवण्यासाठी लाठ्या काठ्या तलवारी-चाकू हातात घेतात आणि आपसात मारामारी करून डोके फोडून घेतात. उरलेले फासावर चढतात आणि काही जेलमध्ये जातात. इतका रक्तपात झाल्यावर या धर्मप्रेमीवर इंग्रज सरकारचा कहर होतो. मग यांच्या डोक्यातील कीडा वठणीवर येतो.

असे पहाण्यात आले आहे की या दंगलीच्या मागे जातीयवादी नेते आणि दैनिकांचा हात आहे. यावेळी हिंदूस्थानच्या नेत्यानी मूग गिळून बसण्याची भूमिका घेतली आहे. ते नेते ज्यांनी भारताला स्वतंत्र करण्याची शपथ घेतली होती आणि जी समान राष्ट्रीयता आणि स्वराज्याच्या बढाया मारायला थकत नव्हते ते एकतर तोंड लपवून शांत बसले आहेत किंवा धर्मांध लोकांच्या टोळीत सहभागी आहेत. तोंड लपवून बसणारांची संख्या काही कमी नाही ? परंतु असे नेते जे जातीयवादी आंदोलनात सहभागी झाले आहेत, प्रत्येक दगडाखाली सापडतात. जे नेते मनापासून सर्वांचं कल्याण इच्छितात, असे फार कमी आहेत आणि जातीयवादाचा पूर आला आहे ज्यात ते वाहून चालले आहेत. असे वाटत आहे की देशात नेतृत्त्वाचे दिवाळे निघाले आहे. दुसरे सज्जन जे जातीयवादी दंगे भकडकवण्यात सक्रिय असतात, पेपरवाले आहेत. पत्रकारितेचा धंदा, कधीकाळी फार श्रेष्ठ समजला जात असे. आज फारच बाजारू घाला आहे. ही मंडळी मोठे मोठे शिर्षक देऊन लोकांच्या भावना भडकवितात आणि परस्पर मजा घेतात. एक दोन ठिकाणी नाही, कितीतरी ठिकाणी यामुळे दंगली झाल्या आहेत, जिथे या लोकांनी भडकावू लेख छापले आहेत. असे लेखक फार कमी आहेत ज्यांचा मेंदू अशावेळी शांत आहे.

दैनिकांचे खरे काम शिक्षण देणे हे आहे. लोकांमधली संकोचवृत्ती कमी करणे, जातीयवादी भावना कमी करणे, परस्पर ताळमेळ घालणे आणि देशाची राष्ट्रीय एकात्मता वाढीस लावणे हे असते. परंतु त्यांनी त्यांचे मुख्य कर्तव्य अज्ञान आणि संकुचितपणाचा प्रचार करणे, जातीयवाद वाढवणे, दंगली घडवून आणणे आणि देशाची राष्ट्रीय एकात्मता नष्ट करणे केले आहे. हेच कारण आहे की देशाच्या दशेवर विचार करून डोळ्यातून रक्त वाहू लागते आणि मनात प्रश्न येतो की 'देशाचे काय होईल?'

जी मंडळी असहकार्याच्या बळावर काही करू इच्छितात, त्यांना ही स्थिती पाहून रडावं वाटतं. कुठे होते ते दिवस की स्वातंत्र्याची झलक पहायला मिळत होती आणि

कुठे आजचा हा दिवस आहे, स्वातंत्र्य केवळ एक कल्पना बनली आहे. हाच तिसरा फायदा आहे, जो या दंगली मुळे अत्याचारी लोकांना मिळाला आहे. ज्यांच्या अस्तित्त्वाचा धोका निर्माण झाला होता, आजकालची ही नोकरशाही इतकी मजबूत झाली आहे की तिला मूळापासून उपटून टाकणे सोपे काम राहिलेले नाही. या दंगलीच्या मागची कारण शोधली तर ती आर्थिक असल्याचे दिसेल. असहकाराच्या काळात नेत्यांनी आणि पत्रकारांनी खूप असा त्याग केला आहे. त्यांची आर्थिक स्थिती बिघडली होती. असहकार्य कमी पडल्यावर नेत्यांवर अविश्वास निर्माण झाला ज्यामुळे आजकाल अनेक जातीयवादी नेत्यांचे धंदे वाढले आहेत. जगात जे काही काम होते, त्यात पोटाचा प्रश्न आधी असतो. कार्ल मार्क्सच्या तीन सिद्धांतापैकी हा एक मुख्य सिद्धांत आहे. या सिद्धांतामुळेच तबलीग, तनकीम, शुद्धी आदी संघटना सुरू झाल्या आहेत आणि या कारणामुळे आज अशी दुर्दशा झाली, जी अवर्णणीय आहे. सर्व दंगलीवर एकमेव काही उपाय असेल तर आर्थिक सुधारणा ही असू शकते. वास्तवात देशाची आवस्था इतकी वाईट आहे की एका दीड दमडीसाठी कोणीही कोणाचा अपमान करू शकतो. भूक आणि दुखातून बाहेर पडण्यासाठी मनुष्य सर्व सिद्धांत फेकून देवू शकतो. खरे आहे, मरू लागलेला काय करू शकतो ? परंतु वर्तमान परिस्थितीत आर्थिक सुधारणा होणे कठीण आहे. कारण सरकार विदेशी आहे आणि लोकांची आर्थिक सुधारणा होऊ दिल्या जात नाही. म्हणून लोकांनी सर्व कामे बाजूला ठेवून हे सरकार घालवून देण्याच्या कामाला लागले पाहिजे.

लोकांना परस्पर लढण्यापासून रोखण्यासाठी वर्ग-चेतना गरजेची आहे. गरीब, कष्टकरी किंवा शेतकरी यांना स्पष्ट समज दिली पाहिजे की तुमचा खरा शत्रू भांडवलदार आहे. म्हणून तुम्ही या धोक्यापासून दूर राहिले पाहिजे आणि त्यांना फायदा होईल असे काहीही न केले पाहिजे. जगातील सर्व गरीबांच्या, मग ते कोणत्याही जाती, रंगाचे, धर्माचे असोत, अधिकार सारखाच आहे. तुमचा फायदा यात आहे की तुम्ही धर्म, रंग, वंश आणि राष्ट्रीयता व देशातला भेदभाव कमी करून एकजूट व्हावे आणि सरकारला उलथून टाकण्याचा प्रयत्न करावा. या प्रयत्नामुळे तुमचे काहीही नुकसान होणार नाही, यामुळे एकदिवशी तुमच्या बेड्या तुटतील आणि तुम्हाला आर्थिक स्वातंत्र्य मिळेल.

ज्यांना रशियाचा इतिहास माहित आहे, त्यांना माहित आहे की झार असताना अशीच परिस्थिती होती. तिथे पण अनेक समुदाय परस्परात झगडत असत. परंतु ज्या दिवसापासून तिथे श्रमिकांचे राज्य आले, तिथले चित्रच बदलले. त्यानंतर तिथे कधी दंगे झाले नाहीत. आता सर्वांना मनुष्य समजले जाते. धर्माचे नाही. झारच्या वेळी

लोकांची आर्थिक स्थिती फारच दयनीय अशी होती. म्हणून सगळीकडे दंगली होत असत. परंतु आता रशियनांची आर्थिक स्थिती सुधारली आहे आणि त्यांच्यात वर्ग जाणीव निर्माण झाली आहे. म्हणून आता तिथे दंगलीच्या बातम्या ऐकू येत नाहीत.

या दंगलीत तसे फारच निराशाजनक गोष्टी ऐकायला मिळतात, परंतु कलकत्त्याच्या दंगलीत एक फारच चांली गोष्ट ऐकायला मिळाली. ती अशी तिथे ट्रेड युनियनच्या लोकांनी दंगलीत भाग घेतला नाही तसेच त्यांची परस्पर भांडणे झाली नाहीत. उलट सर्व हिंदू मुस्लिम सदस्य दंगे रोखण्याच्या प्रयत्नात होते. हे यामुळे की त्यांच्यात वर्ग जाणीव होती आणि ते त्यांच्या वर्गाचे हित चांगले ओळखत होते. वर्गजाणीवेचा हाच फायदा आहे, ज्यामुळे जातीयवादी दंगे रोखले जातात.

ही आनंदाची बातमी आमच्या कानावर पडली आहे की भारताचे नवयुवक आता अशा धार्मापासून परस्पर लढणे आणि घृणा करणे शिकवतात, तंग होऊन दंगे करीत आहेत. त्यांच्यात इतका मोकळेपणा आला आहे की भारताच्या लोकांना धर्माच्या नजरेतून हिंदू मुसलमान किंवा सिख म्हणून नाही तर, सर्वांना मनुष्य समजतात. फक्त भारतीय. भारतीत तरूणात हा विचार निर्माण झाल्याचे कळते की भारताचे भविष्य उज्ज्वल आहे. भारतीय लोकांनी दंगे आदी पाहून घाबरले नाही पाहिजे. त्यांनी प्रयत्न करायला हवेत की असे वातावण होऊ नये, आणि दंगे होणार नाहीत.

१९१४-१५ च्या शहीदांने धर्माला राजकारणापासून वेगळे केले होते. ते समजत होते की धर्म व्यक्तीचे वैयक्तिक प्रकरण आहे. इतरांनी त्यात नाक खुपसण्याची गरज नाही. किंवा त्याचा राजकारणात उपयोग करायला नको कारण ते काही शरबत नाही कशातही टाकून प्यायला. म्हणून गदर पार्टीसारखे आंदोलन एकजूट आणि एकजीव राहीले, ज्यात सिख चढाओढीने फासावर गेले आणि हिंदू मुसलमान देखील मागे राहिले नाहीत.

यावेळी काही भारतीय नेते देखील मैदानात उतरले आहेत जे धर्माला राजकारणापासून वेगळे करायला निघाले आहेत. भांडण सोडविण्याचा हा देखील एक सुंदर मार्ग आहे आणि आम्ही त्याचे समर्थन करतो. धर्माला जर वेगळे केले तर राजकारणात आपण सगळे एक होऊ शकतो. धर्म म्हणून आपण वेगळे राहू.

आमचा विचार आहे की भारताचे सच्चे समदु:खी आम्ही सांगितलेल्या मार्गाचा आवश्य विचार करतील आणि भारताचा यावेळी जो आत्मघात होत आहे, त्यापासून आपला बचाव करतील.

●

७

नव्या नेत्यांचे वेगवगळे विचार

(जुलै, १९२८)

जुलै, १९२८च्या किरती अंकात छापलेल्या या लेखात भगतसिंहाने सुभाषचंद्र बोस आणि जवाहरलाल नेहरूच्या विचारांची तुलना केली आहे.

असहकार आंदोलनाच्या अपयशानंतर जनतेत खूप निराशा आली आणि उदासी पसरली. हिंदू-मुस्लिम दंग्यांनी उरले सुरले धाडसही नष्ट केले. परंतु देशात ज्यावेळी पुन्हा एकदा जागृती येईल त्यावेळी देश अधिक दिवस झोपलेला राहू शकणार नाही. काही दिवसानंतर जनता मोठ्या जोशाने उठते आणि हल्ला करते. आज हिंदूस्थानात पुन्हा एकदा जीव आला आहे. हिंदूस्थान पुन्हा एकदा जागी झाला आहे. पहायला गेले तर फार मोठे लेक आंदोलन दिसत नाही परंतु पाया मजबूत जरूर केल्या जात आहे. आधुनिक विचारांचे अनेक नेते समोर येऊ लागले आहेत. यावेळी देशभक्त नेतेच लोकांच्या नजरेत आहेत. मोठे मोठे नेते असले तरी ते मागे राहिले आहेत. यावेळी जे नेते समोर आले आहेत ते आहेत-बंगालचे सुभाषचंद्र बोस आणि माननीय पंडीत श्री जवाहरलाल नेहरू. हे दोन नेते हिंदूस्थानात पुढे येताना दिसत आहेत आणि तरूणांच्या आंदोलनात सहभागी होताना दिसत आहेत. दोघेही हिंदूस्थानच्या स्वातंत्र्यासाठी आग्रही आहेत. असे असले तरी त्यांच्या विचारात जमीन असमानाचा फरक आहे. एकाला भारताच्या प्राचीन संस्कृतीचा उपासक म्हटल्या जाते तर दुसऱ्याला पक्का पाश्चत्याचा शिष्य. एकाला कोमल हृदयी भावनीक समजले जाते तर दुसऱ्याला कट्टर युंगातकारी. या लेखात त्यांचे हे विचार स्वतंत्रपणे जनतेसमोर मांडणार आहोत. म्हणजे जनतेच्या लक्षात ते येतील आणि स्वतः देखील विचार करू शकतील. परंतु या

दोघांच्या विचारांचा उल्लेख करण्यापुर्वी आणखी एका व्यक्तीचा उल्लेख करणे देखील गरजेचे आहे, जे या स्वातंत्र्य आंदोलनाचे प्रेमी आहेत आणि तरूण आंदोलनातले एक विशेष व्यक्ती आहेत.

साधु वासवानी कॉंग्रेसच्या मोठ्या नेत्याप्रमाणे लोकप्रिय तर नाहीत, देशाच्या राजकारणात त्यांचे विशेष स्थान नसेल, पण देशाच्या तरूणांवर ज्यांना देशाची सूत्रे हाती घ्यायची आहेत, त्यांच्यावर प्रभाव आहे आणि त्यांच्याद्वारा सुरू झालेले आंदोलन 'भारत युवा संघ' यावेळी तरूणांवर चांगला प्रभाव आहे. त्यांचे विचार वेगळ्या पद्धतीचे आहेत. त्यांचे विचार एका शब्दात सांगितल्या जाऊ शकतात. 'वेदाकडे परत चला.' (बॅक टू वेदा) हा आवाज सर्वप्रथम आर्य समाजाने उठवला. या विचाराचा आधार या श्रद्धेत आहे की वेदात जगातले सर्व ज्ञान सांगितले आहे. या पलिकडे विकास नाही होऊ शकत. म्हणून आपल्या हिंदूस्थानने चौफेर जी प्रगती केली होती त्या पलिकडे जग जाऊ शकले आणि जाऊ शकणार नाही. असो, वासवानी आदी या आवस्थेला मानतात. म्हणून तर एका ठिकाणी म्हणतात-आपल्या राजकारात आतापर्यंत मॅझिनी आणि व्हॉल्टेअरला आपले आदर्श समजून होतो किंवा कधी लेनीन आणि स्टॅलीन आणि टॉलस्टॉय कडून काही शिकलो. त्यांना समजायला हवे की त्यांच्यापेक्षा आपल्याकडे कितीतरी मोठे आदर्श आहेत-ऋषी." त्यांचा या गोष्टीवर विश्वास आहे की आज आपला देश विकासाच्या शेवटच्या टप्यापर्यंत पोहचला होता आणि आपल्याला यापुढे जाण्याची गरज नाही, तर मागे वळण्याची गरज आहे.

आपण एक कवी आहात. कवित्व आपल्या विचारात सगळीकडे दिसते. सोबतच ते धर्माचे मोठे उपासक आहेत. ही शक्ती धर्म चालवते. ते म्हणतात-'यावेळी आपल्याला शक्तीची अंत्यत गरज आहे. ते 'शक्ती' शब्दाचा अर्थ केवळ भारतासाठी उपयोगात आणत नाहीत. परंतु त्यांना या शब्दामुळे एक प्रकारच्या देवीचा एक विशेष ईश्वरीय प्राप्तीचा विश्वास आहे. ते एक भावनीक कवी सारखे आहेत.

"For in solutude communicated with her, our admired Bharat Mata, And my aching head voice saying...The day of freedom is not far off." ...sometimes indeed a strange feeling visits me and say to myself-Holy, holy is Hindustan. For still is she under the protection of her mighty Rishis and their beauty is around us, but we behold it not.

अर्थात एकांतात भारताचा आवाज मी ऐकला आहे. माझ्या दुःखी मनात अनकदा

हा आवाज मी ऐकला आहे. स्वातंत्र्याचा दिवस दूर नाही..' कधी कधी फार विचित्र विचार माझ्या मनात येतात आणि मी बडबडत उठतो-आमचा हिंदूस्थान पवित्र आहे, कारण की प्राचीन ऋषी त्याचं रक्षण करीत आहेत आणि त्याचं सौंदर्य हिंदूस्थानजवळ आहे. परंतु आपण ते पाहू शकत नाहीत.

हा कवीचा विलाप आहे की तो वेड्यासारखा किंवा पागलसारखा म्हणत रहातो- "आमची माता मोठी महान आहे. फार शक्तीशाली आहे. तिला जिंकणारा कोणी जन्मलेला नाही." ते केवळ भावनीक गोष्टी करीत रहातात-"Our national movement must become a puriying mass movement, if it is to fulfil its destiny withot falling into class war one of the dangers of Boleshevism."

अर्थात आपण आपल्या राष्ट्रीय आंदोलनाला देश सुधारण्याचे आंदोलन करायला हवे. तरच आपण वर्गयुद्धाच्या बोल्शेविझमच्या धोक्यापासून बचाव करू शकतो. असे सांगत गरीबांकडे जा, गावाकडे जा, त्यांना औषध-पाणि मोफत द्या-म्हणजे आलं काम संपलं. ते अनुकरणवादी कवी आहेत. त्यांच्या कवितेचा विशेष अर्थ तर निघू शकत नाही. मात्र मनाचा उत्साह वाढवल्या जाऊ शकतो. प्राचीन संस्कृतीचे गोडवे गाण्याशिवाय त्यांच्याकडे दुसरे काही नाही. तरूणांच्या मनाला ते काही देत नाहीत. केवळ मनाला भावनेने भरून टाकू इच्छितात.

त्यांचा तरूणावर मोठा प्रभाव आहे. आणखी पण निर्माण होऊ लागले आहेत. त्यांचे थोडक्यात विचार असे आहेत, जे वर सांगितले आहेत. त्यांच्या विचाराचा राजकारणावर थेट प्रभाव न पडता देखील बराच प्रभाव पडतो. खास करून या कारणामुळे की तरूणांनाच पुढे व्हावे लागेल आणि त्यांच्यामध्येच या विचारांचा प्रचार केल्या जात आहे.

आता आपण श्री सुभाषचंद्र बोस आणि श्री जवाहरलाल नेहरू यांच्या विचाराकडे वळू. दोन-महिन्यापासून हे अनेक कॉंग्रेसच्या परिषदेचे अध्यक्ष राहिले आहेत आणि यांनी त्यांचे विचार लोकांसमोर मांडले आहेत. सुभाषचंद्रांना सरकार उलथून टाकणाऱ्या गटापैकी एक समजतात. म्हणून त्यांना बंगालमध्ये अटक करून ठेवली होती. ते सुटले आणि जहाल गटाचे नेता बनवले गेले आहेत. त्यांना संपूर्ण स्वातंत्र्य हवे आहे आणि महाराष्ट्र परिषदेत अध्यक्षीय भाषणात या प्रस्तावाचा प्रचार केला.

पंडीत जवाहरलाल नेहरू स्वराज्य पार्टीचे नेते मोतीलाल नेहरूचे सुपुत्र होते. बॅरिस्टर होते. ते फार विद्वान आहेत. ते रशियाचा वगैरे दौरा करून आले आहेत. ते

देखील जहाल असे नेते आहेत आणि मद्रासमध्ये त्यांनी आणि त्यांच्या सहकार्यामुळेच संपूर्ण स्वातंत्र्याचा ठराव पास झाला होता. त्यांनीच अमृतसर परिषदेच्या भाषणात देखील यावर भर दिला होता. असे असले तरी या दोन नेत्यांच्या विचारात फार फरक आहे. अमृतसर आणि महाराष्ट्र परिषदेच्या दोन्ही अध्यक्षांची भाषणे वाचूनच त्यांचे विचार समजले होते. परंतु नंतर मुबंईच्या भाषणात ही गोष्ट स्पष्टपणे समोर आली. पंडीत जवाहरलाल नेहरू या सभेच्या अध्यक्षस्थानी होते आणि सुभाषचंद्र बोस भाषण करीत होते. ते फारच भावनीक असे बंगली आहेत. त्यांनी भाषणाला सुरूवात केली की हिंदूस्थानचा जगासाठी एक विशेष संदेश आहे. तो जगाला आध्यात्मिक शिक्षण देईल. असो, पुढे ते वेड्यासारखे सांगायला सुरूवात करतात-चांदण्या रात्रीचं ताजमहाल पहा आणि ज्याच्या विचाराचा हा परिणाम होता, त्याची कल्पना करा. एका बंगाली कांदबरीकाराने लिहिले आहे की आमचे अश्रू गोठून दगड बनले आहेत. त्यांनी देखील वेदाकडे जाण्याचे आवाहन केले आहे. त्यांनी पुण्यातील भाषणात राष्ट्रवादावर म्हटले आहे की अंतरराष्ट्रीयवादी, राष्ट्रीयवादाला एक संकुचित विचारधारा सांगतात, परंतु हे चूक आहे. हिंदूस्थानी राष्ट्रीयतेचा विचार असा नाही. तो ना संकुचित आहे, ना त्यात काही स्वार्थ नाही किंवा ते नुकसानकारक नाही. कारण याचे मूळ किंवा संबंध सत्यम शिवम् सुदंरम' आहेत, अर्थात सत्य, कल्याणकारी आणि सुंदर.

हा तोच प्रतिकवाद आहे. कोरी भावनीकता. सोबतच त्यांना देखील आपल्या प्राचीन युगावर फार विश्वास आहे. ते प्रत्येक बाबतीत त्यांचा प्राचीनवाद पुढे आणतात. पंचायती राज त्यांच्यासाठी काही वेगळा प्रकार नाही. पंचायत राज आणि जनतेचे राज' ते म्हणतात की हिंदूस्थानात फार जुणे आहे. ते तर असेही म्हणतात की साम्यवाद हिंदूस्थानसाठी काही नवीन गोष्ट नाही. असो, त्यांनी सर्वांत अधिक जोर कोणत्या गोष्टीवर दिला होता, तो म्हणजे हिंदूस्थानकडे जगासाठी एक संदेश आहे. पंडीत नेहरूंचे विचार याउलट आहेत. ते म्हणतात-

"कोणत्याही देशात जा, तिथे गेल्यवर समजते की या देशाचा जगासाठी एक वेगळाच संदेश आहे. इंग्लड जगाला संस्कृती शिकवणारा ठेकेदार बनतो. माझ्या देशाकडे काही विशेष आहे, असे मला वाटत नाही. सुभाष बाबूंना या गोष्टीवर फार विश्वास आहे." जवाहरलाल म्हणतात-

"Every youth must rebel. Not only in political sphere, but in social, economic and religious spheres also. I have not much use for any man who comes and tells me that such and thing is said in Koran, Evry thing unreasonable must be discarded even if they find authority for in the Vedas and Koran ." अर्थात प्रत्येक तरूणांने विद्रोह करायला हवा. राजकारणातच नाही तर सामाजिक, आर्थिक आणि धार्मिक क्षेत्रातही. मला अशा व्यक्तीची अजिबात गरज नाही जो येतो आणि सांगतो की अमूक एक गोष्ट कुराणात लिहिली आहे. जी गोष्ट तर्कापुढे टिकत नाही, ती गोष्ट वेदात नाहीतर कुराणात कितीही चांगली सांगितली असली तरी नाही ऐकायला पाहिजे."

हे एका युगांतकारीचे विचार आहेत आणि सुभाषबाबचे विचार आहेत. एकाच्या नजरेत आपली जुणी परंपरा खूप चांगली आहे आणि दुसऱ्याचे विचार विद्रोह करावा असे आहेत. एकाला भावनीक म्हटल्या जाते आणि दुसऱ्याला युंगातकारी आणि विद्रोही. पंडीतजी एका ठिकाणी म्हणतात-

"To those who still fondly old ideas and striving to bring back the conditions which prevailed in Arabia 1300 years ago or in the Vedic age in India. I say, that iat is inconceivable that you can bring back the hoary past. The world of realty will not retrace its steps, the world of imaginations may remain stationary."

ते म्हणतात की आजही कुराणाच्या काळातील स्थिती अर्थात १३०० वर्षावींची अरबस्थिती निर्माण करू इच्छितात, जे मागे वेदाच्या काळाकडे पहात आहेत, त्यांना माझे सांगणे आहे की तो काळ परत येईल असा विचारच केल्या जाऊ शकत नाही. वास्तवात जग मागे नाही जाऊ शकत. काल्पनीक जगाला काही दिवस तसेच इथे ठेवा. म्हणूनच विद्रोहाची गरज आहे.

सुभाष बाबू संपूर्ण स्वातंत्र्याच्या बाजूने आहेत कारण की त्यांना माहीत आहे इंग्रज हे पाश्चात्य आहेत. आपण पूर्वकडील आहोत. पंडीतजी म्हणतात, आपल्याला आपले राज्य कायम करून सर्व समाजव्यवस्था बदलून टाकायला हवी. त्यासाठी संपूर्ण स्वातंत्र्याची गरज आहे. सुभाष बाबूंना कामगारांबद्दल सहानुभूती आहे आणि त्यांची स्थिती सुधारली पाहिजे असे त्यांना वाटते. पंडीतजी क्रांती करून संपूर्ण व्यवस्था बदलू इच्छितात. सुभाषचंद्र भावनीक आहेत-मनाने. तरूणांना बरेच काही देत आहेत, पण केवळ मनाने. दुसरा युगांतकारी आहेत जे मनासोबत मेंदूलाही बरेच काही देत आहेत.

अर्थात आपल्या समाजवादी सिद्धांतानुसार पूर्ण स्वराज्य असायला हवे, जे युगांतकारी पद्धतीशिवाय पूर्ण होऊ शकत नाही. केवळ सुधारणा आणि वर्तमान सरकारची मशीनरीने घेतलेले कष्ट जनतेसाठी वास्तवीक स्वराज्य आणू शकत नाही.

हा त्यांच्या विचाराचा खरा चेहरा आहे. सुभाषबाबू राष्ट्रीय राजकारणाकडे तितकेच लक्ष देऊ इच्छितात जितका काळ जगाच्या राजकारणात हिंदूस्थानचे रक्षण आणि विकास याचा प्रश्न आहे. परंतु पंडीतजी राष्ट्रीयतेला संकुचित कक्षेतून बाहेर काढून मोकळ्या मैदात आणतात.

आता आपल्या समोर दोन विचार आले आहेत. आपल्याला कोणाकडे वळले पाहिजे. एका पंजाबी दैनिकाने सुभाजीवर कौतूकाचा वर्षाव करून पंडीतजी आदीच्या बाबतीत म्हटले होते की असे व्यक्ती दगडावर डोके मारून मरतात. लोक लगेच जोशमध्ये येतात आणि लवकरच थंड पडतात. सुभाषजी आज मेंदूला खुराक देण्यापलिकडे दुसरे काहीही करीत नाहीत. आता या गोष्टीची आवश्यकता आहे की पंजाबच्या तरूणांनी या युगांतकारी विचाराचा विचार केला पाहिजे. यावेळी पंजाबला मानसिक भोजनाची अत्यंत गरज आहे आणि ते पंडीत जवाहरलाल नेहरूकडून मिळू शकतं. याचा अर्थ असा नाही की त्यांचे अंधभक्त बनले पाहिजे. परंतु विचाराचा संबंध आहे म्हणून या पंजाबी तरूणांनी त्यांच्यासोबत गेले पाहिजे. म्हणजे ते क्रांतीचा खरा अर्थ, हिंदूस्थानला क्रांतीची आवश्यकता, जगात क्रांतीचे स्थान काय आहे, आदीबद्दल माहीत करून घेतील. विचार करून तरूणांनी आपल्या विचारांना स्थिर केले पाहिजे म्हणजे निराशा, उदासी आणि पराभवाच्या काळात देखील भ्रमिष्ट होणार नाहीत आणि एकटे उभे राहून जगाचा सामना करतील. अशाप्रकारे जनता क्रांतीचे ध्येय पूर्ण करू शकते.

●

८

विद्यार्थी आणि राजकारण

(१९२८)

या राजकीय विषयावर हा लेख जुलै १९२८ मध्ये किरतीमध्ये छापण्यात
आला होता. त्या काळात अनेक नेते विद्यार्थ्यांना राजकारण करण्याचे
सांगत असत. या संदर्भात हा लेख महत्त्वाचा आहे. हा लेख संपादकीय
ठिकाणी छापण्यात आला होता आणि बहुतेक भगतसिंहाने लिहिलेला होता.

या गोष्टीचा जोरदार प्रचार चालू आहे की शिक्षण घेणाऱ्या तरूणांनी राजकारणात
पडू नये. पंजाब सरकारचे म्हणणे अगदीच वेगळे होते. कॉलेजमध्ये प्रवेश घेण्यापुर्वीच
ती किंवा तो राजकारणात भाग घेणार नाही, असे लिहून घेतले जात असे. पुढे आमचे
दुर्दैव असे की लोकांनी निवडून दिलेला मनोहर, जो आता शिक्षण मंत्री आहे, शाळा-
कॉलेजच्या नावाने एक परिपत्रक काढतो की कोणी राजकारणात भाग घेणार नाही.
काही दिवस झाले आहेत ज्यावेळी लाहोरमध्ये विद्यार्थी संघटना किंवा विद्यार्थी सप्ताह
पाळण्यात येत होता. तिथे पण सर अब्दूल कादर आणि प्रोफेसर ईश्वरचंद्र नंदाने या
गोष्टीवर भर दिला की विद्यार्थ्यांनी राजकारणात भाग नाही घेतला पाहिजे.

पंजाबला राजकारणाच्या संदर्भात मागासलेले (politically backward) समजण्यात
येत होते. याचे काय कारण आहे ? काय पंजाबने बलिदान कमी दिले आहे ? काय
पंजाबने संकटाचा कमी सामना केला आहे ? मग काय कारण आहे की या बाबतीत
पंजाब मागे आहे ? याचे कारण स्पष्ट आहे की आपल्या शिक्षण विभागाचे अधिकारी
अगदीच बुद्धू आहेत. आज पंजाब कौसिलची कारवाई वाचून या गोष्टीची माहिती
मिळते की याचे कारण हे आहे की आपले शिक्षण निरर्थक आणि बिनकामाचे आहे,

आणि विद्यार्थी-तरूण आपल्या देशाच्या भानगडीत पडत नाहीत. त्यांना या बाबतीत कसलेही ज्ञान नसते. जेव्हा ते शिक्षण घेऊन बाहेर पडतात त्यावेळी त्यापैकी काही पुढील शिक्षण घेतात, परंतु ते अशा गोष्टी करतात की त्यांचे बोलणे ऐकून स्वतःला पश्चाताप करण्याशिवाय दुसरा मार्ग उरत नाही. ज्या तरूणांना उद्या देशाची सूत्रे हाती घ्याची आहेत, त्यांना आज अकलेचे अंधे करण्याचा प्रयत्न चालू आहे. याचा जो परिणाम होईल तो आपण समजून घेतला पाहिजे. आपण असे समजतो की शिक्षण घेणे हे विद्यार्थ्यांचे मुख्य काम आहे आणि त्यावर त्याने पूर्ण लक्ष दिले पाहिजे परंतु देशात काय चालू आहे याची जाणीव करून देणे शिक्षणाचा भाग नाही ? जर नाही तर मी अशा शिक्षणाला निरर्थक समजतो, जे केवळ कारकून निर्माण करण्यासाठी दिल्या जात आहे. अशा शिक्षणाची गरज काय आहे ? काही अति हुशार माणसं म्हणतात, काका तुम्ही राजकारणानुसार शिका आणि विचार करा, परंतु कोणी प्रत्यक्षात भाग घेऊ नका. तुम्ही अधिक लायक बनून देशाच्या हिताचे सिद्ध व्हाल."

विषय मोठा बरा वाटतो, परंतु आपण तो ही रद्द करू, कारण की हा देखील वरवरचा विषय आहे. यावरून हे स्पष्ट होते की एक दिवशी एक विद्यार्थी एक पुस्तक Appeal to the young, prince Kropotkin' तरूणांच्या नावाने अपील: प्रिंस क्रोपोटकिन) वाचत होता. एक प्रोफेसर साहेब म्हणू लागले, हे कोणते पुस्तक आहे ? याचा लेखक कोणी बंगाली दिसतोय. तरूण म्हणाला-प्रिंस क्रोपोटकिन तर फार प्रसिद्ध आहे. ते अर्थशास्त्राचे विद्वान होते. हे नाव माहीत असणे प्रोफेसरसाठी महत्त्वाचे आहे. प्रोफेसरच्या लायकीवर तरूणही हसला. तो पुढे म्हणाला, ते रशियन व्यक्ती होते. फक्त रशियन ! कहर झाला. प्रोफेर म्हणाले की तू बोल्शिविक आहेस, तू राजकारणारचे पुस्तक का वाचत आहेस."

ही या प्रोफेसरची लायकी ! त्या बिचाऱ्या तरूणांने त्याच्याकडून काय शिकले पाहिजे ? असे असेल तर तरूण काय शिकू शकतात ?

दुसरा विषय असा की प्रत्यक्ष राजकारण काय आहे ? महात्मा गांधी, जवाहरलाल नेहरू आणि सुभासचंद्र बोसचे स्वागत करणे आणि भाषण ऐकणे म्हणजे प्रत्यक्ष राजकारण, पण कमीशन किंवा व्हॉयसरायचे स्वागत करणे म्हणजे काय असते ? काय हा राजकारणाचा दुसरा भाग नाही ? सरकार आणि देशाच्या संदर्भातले म्हणणे राजकारणच समजले जाईल. मग हे राजकारण झाले की नाही ? असे म्हटले जाईल की यामुळे सरकार खूष होते आणि इतरांवर नाराज ? सरकारने खूष होण्याचा आणि

नाराज होण्याचा काय विषय आहे ? मग विद्यार्थ्यांनी जन्मताच खूष करण्याचे धडे गिरवले पाहिजेत ? मी तर असे समजतो की हिंदूस्थानात जर विदेशी डाकू राज्य करीत आहेत तर इमानदारी करणारे इमानदार नाही तर गद्दार आहेत. मनुष्य नाही, पशू आहेत. पोटाचे गुलाम आहेत. मग अशावेळी विद्यार्थ्यांनी इमानदारी शिकावी असे कसे म्हणता येईल ?

सर्व जाणतात की हिंदूस्थानला अशावेळी अशा देश सेवकाची गरज आहे, जो तन मन धन देशाला अर्पित करील आणि वेड्यासारखं स्वातंत्र्यासाठी झगडत राहील. परंतु काय वृद्ध लोकांत असा व्यक्ती मिळेल ? काय परिवार आणि दुनियादारीत अडकलेले शहाणे माणसं मिळतील ? ते तर तरूणांमधूनच मिळू शकतात, जे कोणत्याही भानगडीत नाहीत आणि कोणत्याच भानगडीत नसल्याने ते तरूण असेपर्यंतच विचार करू शकतात, तोपर्यंत त्यांनी प्रत्यक्ष ज्ञान देखील मिळवलेले असते. केवळ गणित आणि भूमितीसाठी घोकंमपट्टी केलेली नसावी.

काय इंग्लडच्या सर्व विद्यार्थ्यांनी कॉलेज सोडून जर्मनीच्या विरोधात रस्त्यावर उतरणे राजकारण नव्हते ? त्यावेळी आपल्याला शहाणपणा शिकवणारे कुठे होते ? जे सांगत होते की फक्त शिक्षण घ्या. आज नॅशनल कॉलेज, अहमदाबादचे जे तरूण सत्याग्रहासाठी बारदोलीसोबत आहेत, काय ते असेच मूर्ख आहेत ? सर्व देशाला स्वतंत्र करणारे तेथिल विद्यार्थी आणि तरूण आहेत. काय हिंदूस्थानचे तरूण अलिप्त राहून त्यांचे आणि देशाचे अस्तित्त्व टिकवून ठेवतील ? तरूण १९१९ मध्ये विद्यार्थ्यांवर केलेले अत्याचार विसरू शकत नाहीत. त्यांना हे पण माहीत आहे की क्रांतीची गरज आहे. त्यांनी शिक्षण घ्यावं, आवश्य घ्याव ! पण सोबतच राजकारणाचं देखील ज्ञान घ्यावं आणि गरजेच्या वेळी मैदानात उतरावे आणि आपल्या जीवनाला या कामी आणावं. आपला प्राण त्यासाठी द्यावा. नाहीतर वाचण्याचा दुसरा मार्ग दिसत नाही.

●

९
हिंदूस्थान सोशलिस्ट रिपब्लिकन असोएिशनचा जाहीरनामा
(१९२८)

लाहोरच्या कॉंग्रेसमध्ये वितरीत करण्यात आलेल्या या कागदपत्राला खास करून भगवतीचरण बोहराने लिहिले होते. दुर्गा भाभी आणि इतर क्रांतीकारी सहकार्यांनी ते तिथे वितरीत केले होते. सी. आई. डी. ने ते पकडले होते आणि त्यात तो जाहरनामा सापडला होता.

स्वातंत्र्याचे रोपटे शहीदांच्या रक्ताने फुलते. भारतात स्वातंत्र्याचे रोपटे फुलविण्यासाठी दशकापासून क्रांतीकारी त्यांचं रक्त वहात आले आहेत. फारच कमी लोक त्यांच्या मनात पाळलेले आदर्श तसेच त्यांच्या महान बलिदानावर प्रश्न उठवत, परंतु त्यांचे कार्य गुप्त असल्याने त्यांचे वर्तमान इरादे आणि धोरणाबाबत देशवासी अज्ञात आहेत, म्हणून हिंदूस्थान सोशलिस्ट रिपब्लिकन असोशिएशनने हा जाहीरनामा प्रसिद्ध करण्याचे ठरवले.

विदेशी राज्यकर्त्यांच्या गुलामीपासून भारताला मुक्त करण्यासाठी हे असोशिएशन सशस्त्र संघनेच्या माध्यमातून भारतात क्रांतीसाठी ठाम आहे. गुलाम केलेल्या लोकांकडून स्पष्टपणे विद्रोहापुर्वी गुप्त प्रचार आणि गुप्त तयारी होणे गरजेचे आहे. ज्यावेळी देश क्रांतीच्या त्या आवस्थला येतो त्यावेळी विदेशी सरकारला ते थांबवणे कठीण होते. काही काळ ते यासमोर टिकते, पण त्याचं भविष्य पूर्णपणे नष्ट झालेलं असतं. मानवी स्वभाव भ्रमपूर्ण आणि ठेविले अंनते तैसीच रहावे असा असल्याने क्रांतीमुळे एकप्रकारची भीती निर्माण होते. क्रांती एक असा चमत्कार आहे ज्यावर निसर्ग प्रेम करतो आणि

ज्याशिवाय कोणी प्रगती करू शकत नाही-ना निसर्गात ना जीवनात. क्रांती विचार न करता केलेली हत्या आणि एक जळता अग्नीकुंड नाही किंवा नुसतेच बॉम्ब फेकणे किंवा गोळ्या चालवणे नाही, किंवा संस्कृतिची वाट लावणे किंवा सामाजिक न्याय समाप्त करणे नाही. क्रांती उदासीमधून निर्माण झालेले तत्त्वज्ञान नाही किंवा देशभक्तीचे तत्त्वज्ञान. क्रांती ईश्वरविरोधी असू शकते, परंतु मनुष्य विरोधी नाही. ही एक पूर्ण आणि जिवंत शक्ती आहे. प्रकाश आणि अंधार यातले द्वंद आहे. कसला योगायोग नाही. ना कसली संगीतमय समरसता आणि ना कसला ताल आहे, क्रांतीकडे समग्र दृष्टीने पाहिल्यास सत्याची जाणीव होईल. क्रांती एक नियम आहे आणि क्राती एक सत्य आहे.

आपल्या देशातील तरूणांने हे सत्य जाणले आहे. अनंत अडचणीवर मात करीत त्यांनी हा पाठ शिकला आहे की क्रांतीशिवाय अफरा तफरी, कायदेशीर गुंडागर्दी आणि तिरस्कार, जो अलिकडच्या काळात पसरलेली व्यवस्था, कायदा आणि सुव्यवस्था निर्माण केल्या जाऊ शकणार नाही. आपल्या इतक्या सुंदर अशा पृथ्वीवर असा विचार कोणाला यायला नको की आपले तरूण बेजबाबदार आहेत. ते काय करीत आहेत हे त्यांना चांगले माहित आहे. ते फुलांच्या ढीगांवरून चालले नाहीत हे त्यांना माहीत आहे. वेळोवेळी त्यांनी त्यांच्या आदर्शासाठी मोठी किंमत चुकवली आहे. यामुळे असे कोणाच्या तोंडून निघायला नाही पाहिजे की उतावीळपणा ते काहीही करू लागले आहेत.

ही काही चांगली गोष्ट नाही की आपल्या आदर्शावर चिखलफेक केली जात आहे. हे पुरेसे आहे की तुम्ही समजून घेतलेत की आपले विचार योग्य आणि धारदार आहेत जे ना केवळ पुढे घेऊन जाणारे आहेत तर फासावर हसत हसत जाण्यासही प्रेरित करतात.

आजकाल ही फॅशनच झाली आहे की अहिंसेच्या संदर्भात कसलेही आणि निरर्थक बडबड करणे. महात्मा गांधी महान आहेत आणि त्यांचा अनादर होई असे काहीही करायचे नाही. परंतु आम्ही ठामपणे हे सांगतो की देशाला स्वतंत्र करण्याचा त्यांचा मार्ग आम्हाला मान्य नाही. त्यांनी देशात जी असहकार चळवळ चालवली आहे, त्यात सहभागी लोकांना आपण सलाम केला नाही तर तो आपला दळभद्रीपणा ठरेल. परंतु आपल्यासाठी महात्माजी अशक्यतांचे तत्त्वज्ञानी आहे. अहिंसा एक चांगले विचार असतील, परंतु ती कालबाह्य गोष्ट आहे. ज्या आवस्थेला आज आपण आहोत, अहिंसेच्या मार्गाने स्वातंत्र्य कधी प्राप्त नाही करू शकत. जग हत्याराने बरबटलेले आहे आणि अशा जगात आपण आहोत. शांततेच्या गोष्टी इमानदार असू शकतात, परंतु आपण जे गुलाम आहोत, आपल्याला खोटा सिद्धांत सांगून नाही भटकावले पाहिजे.

मी विचारतो की जेव्हा जगातील वातावरण हिंसा आणि गरीबांची लूट याने व्यापलेले आहे, अशावेळी अहिंसेची वाट धरण्यात काय फायदा ? मी पूर्ण खात्रीनं सांगतो की देशभक्तीने भारावलेले तरूण अशा अर्धवट स्वप्नातून बाहेर पडणार नाहीत.

आमचा देखील अहिंसेवर विश्वास आहे-अंतिम पर्याय म्हणून नाही, परंतु एका चांगल्या परिणामापर्यंत पोहचण्यासाठी स्वीकारलेला मार्ग म्हणून. अहिंसेचे समर्थक आणि सावधगीरीचे वकील असे समजतात की आम्ही आमच्या विश्वासावर चालणे आणि त्यासाठी कष्ट घेण्यास तयार आहेत. मग काय आपल्याला आपल्या एकमेव आईसाठी वेदीवर कुर्बानी द्यावी लागेल ? इंग्रजी सरकारच्या चार भींतीच्या आत हृदय हेलावून टाकणारे आणि हृदयाची धडधड वाढवणारे खेळ पाहून झालेत. आम्हाला आमच्या दशहशतवादी कृत्यासाठी शिक्षा झालेली आहे. आमचे उत्तर आहे की क्रांतीकारकाचा मुद्दा दशहशतवाद नसतो. तरीपण आम्ही असा विश्वास ठेवतो की दहशतवादाच्या मार्गाने क्रांती होईल. परंतु यात काही शंका नाही की क्रांतीकारी अगदीच बरोबर विचार करतात की इंग्रज सरकारचे तोंड फोडण्यासाठी या मार्गाचा उपयोग करणे योग्य आहे.

इंग्रजांची सत्ता यामुळे आहे की, कारण ते संपूर्ण देशाला भयभीत करण्यात यशस्वी झाले आहेत. आपण या सरकारच्या दहशतीला कशाप्रकारे सामोरे जाणार आहोत ? केवळ क्रांतीकारी लोकांनी केलेली दहशतच त्यांच्या दहशतीला उत्तर असू शकते. समाजात लाचारीची एक सखोल भावना पसरलेली आहे. या धोकादायक उदासीला कसे दूर करणार ? केवळ कुर्बानीच्या आत्म्याला जागृत करूनच गेलेला आत्मविश्वास परत मिळवता येईल. दहशतवाद एक अंतरराष्ट्रीय बाजू देखील आहे. इंग्लडचे अनेकजण शत्रू देखील आहेत जे त्यांच्या शक्तीने आपली मदत करायला तयार आहेत. हा देखील एक मोठा फायदा आहे.

भारत साम्राज्यवादाच्या जोखडाखाली आहे. यामुळे आज करोडो लोक अज्ञानता आणि गरीबीचे शिकार होत आहेत. भारताची मोठी संख्या जी कामगार आणि शेतकरी यांची आहे, त्यांना विदेशी दबाव आणि आर्थिक लूटीने बेजार केले आहे. भारतातील कष्टकरी वर्गाची आवस्था आज फार गंभीर आहे. त्यांच्या समोर दुहेरी धोका आहे-विदेशी भांडवलवाद एकिकडे आणि भारतीय भांडवलवादाचा धोका दुसरीकडे आहे. भारतीय भांडवलवाद विदेशी भांडवलवादासमोर दररोज तडजोड करीत आहे. काही राजकीय नेत्यांचे डोमिनयन (प्रभुत्व) मान्य करणे देखील हा बदल दाखवून देतं.

भारतीय भांडवलदार भारतीय जनतेला धोका देऊन विदेशी भांडवलदारांसोबत मिळून सरकारकडून काही मिळवू इच्छितात. म्हणून कष्टकऱ्यांच्या संपूर्ण आशा आता केवळ समाजवादावर आहेत आणि केवळ समाजवादच पूर्ण स्वराज्य आणि भेदभाव संपवू शकतो. देशाचे भवितव्य तरूणांच्या हातात आहे. ते देशाचे पुत्र आहेत. त्यांची दुःख सहन करण्याची तत्परता, त्यांची बिनधास्त आणि कुर्बानी दर्शवते की भारताचे भविष्य त्यांच्या हाती सुरक्षित आहे. एका अनुभूतिपूर्ण प्रसंगी देशबंधू दासने म्हटले होते, तरूण भारत मातेची शान आणि तिचा विजय आहेत. आंदोलनामागे त्यांची प्रेरणा आहे, त्यांची कुर्बानी आणि त्यांचा विजय आहे. स्वातंत्र्याच्या मार्गावरून मशाली घेऊन चालणारे हेच आहेत. मुक्तीच्या मार्गावरील हे तीर्थयात्री आहेत."

भारतीय रिपब्लिकचे तरूण, नाही सैनिकांनो, एका रांगेत या. आरामात उभे राहू नका किंवा उगीच पायपीट करू नका. अनेक दिवसाच्या दारिद्र्याला, जी तुम्हाला बिनकामाची ठरवत आहे, नेहमीसाठी फेकून द्या. तुमचे काम अतिशय चांगले आहे. देशाच्या प्रत्येक कानाकोपऱ्या पसरा आणि भावी क्रांतीसाठी जी निश्चितच होणार आहे, लोकांना तयार करा. कर्तव्याच्या बिगुलचा आवाज ऐका. अशीच रिकामे जीवन घालवू नका. पुढे व्हा, तुमच्या जीवनाचा प्रत्येक क्षण अशाप्रकारचे डावपेच आखण्यात घालवा, म्हणजे कशी धरतीच्या डोळयात ज्वाला पेटतील आणि दीर्घ अंगमोड करून जागे व्हा. इंग्रज साम्राज्याच्या विरोधात तरूणांच्या मनात एक धडक आणि तिरस्काराचे असे बीज पेरा की जे उगले जातील आणि त्याचे मोठे वृक्ष होतील कारण या बीजांवर तुम्ही तुमचे गरम रक्त सांडाल. त्यावेळी एक भूंकप येईल जो मोठा स्फोट करून चुकीच्या गोष्टी नष्ट करील आणि साम्राज्यवादाचा महाल पाडून टाकील आणि हे नुकसान महान असेल.

तेव्हा, आणि केवळ तेव्हा, एक भारतीय जात जागी होईल, जी आपले गुण आणि शानने माणूसकीला चकित करील जेव्हा चलाख आणि बलवान नेहमीसाठी कमजोरपासून चकित रहातील. त्यावेळी व्यक्तिगत मुक्ती देखील सुरक्षित हेईल कष्टकरी लोकांचे वर्चस्व प्रस्थापित होईल. आम्ही अशा क्रांतीची प्रतिक्षा करीत आहोत. क्रांती अमर राहो.

- करतार सिंह

अध्यक्ष

(रिपब्लिक प्रेस, अरहवन, भारतात प्रकाशित)

●

१०

भगतसिंहाचे सुखदेवाच्या नावाने पत्र

(एप्रिल, १९२९)

भगतसिंह लोहारच्या नॅशनल कॉलेजचे विद्यार्थी होते. एक सुंदर तरूणी जाता-येताना त्यांना पाहून हसत असे आणि भगतसिंहामुळे ती देखील क्रांतीकारी गटाच्या जवळ आली. ज्यावेळी असेम्बलीमध्ये बॉम्ब फेकण्याची योजना तयार होत होती, त्यावेळी गटाला भगतसिंहाची गरज आहे असे सांगून सहकार्यानी त्यांना असे करण्यास नकार दिला होता. भगतसिंहाचे खास मित्र सुखदेवने त्यांना डिवचले की ते मरण्यास घाबरत आहेत आणि असे त्या तरूणीमुळे आहे. या आरोपाने भगतसिंहाचे हृदय दुःखावले आणि पुन्हा गटाची बैठक बोलावून असेम्बलीत बॉम्ब फेकण्याची जबाबदारी स्वतःच्या नावावर घेतली. ८ एप्रिल १९२९ रोजी असेम्बलीत बॉम्ब फेकण्यापुर्वी शक्तो ५ एप्रिलला दिल्लीच्या सीताराम बाजारातील घरात त्यांनी सुखदेवला असे पत्र लिहिले होते जे शिववर्माने त्याच्यापर्यंत पोहचवले. ते १३ एप्रिलला अटक होण्याच्या वेळी त्याच्याकडून जप्त केले आणि लाहोर कटात पुरावा म्हणून सादर केले.

प्रिय बंधू,

जसेही हे पत्र तुला मिळेल, मी गेलेलो असेल-दूर एका ध्येयाच्या दिशेने. मी तुला विश्वास देतो की आज मी फार खूश आहे. नेहमीपेक्षा अधिक. मी प्रवासाठी तयार आहे. असंख्य गोड आठवणी असताना आणि आपल्या जीवनातील सर्व आनंद असताना देखील, एक गोष्ट जी माझ्या मनाला टोचत आहे माझ्या बंधू, माझ्या बंधूने

मला चुकीचे समजले आणि माझ्यावर चुकीचा आरोप केला-कमजोरीचा. आज मी पूर्ण समधानी आहे. पहिल्यापेक्षा अधिक. आज मी सांगू शकतो की ते काहीच नव्हतं फक्त गैरसमज होता. माझ्या मोकळ्या स्वभावाला पोरकटपणा समजण्यात आले आणि माझ्या आत्मस्वीकृतीला माझी कमजोरी. मी कमजोर नाही. आपल्यापैकी कोणापेक्षाही कमजोर नाही.

बंधू, मी मोकळ्या मनाने निरोप घेईन. तुम्हाला पण स्पष्ट होईल. हा तुमचा दयाळूपणा होता, परंतु लक्षात ठेवा की तुम्ही घाई घाईने कसला निर्णय घेऊ नका. गंभीरता आणि शांततेने तुम्हाला तुमचे काम पुढे घेऊन जायचे आहे. घाई गडबडीत संधी साधून घेण्याचा प्रयत्न करू नका. जनतेसाठी तुमचे काही कर्तव्य आहे, ते पूर्ण करीत असताना आपले काम सातत्याने चालू ठेवा.

सल्ला म्हणून सांगतोय शास्त्री मला आधीपेक्षा बरे वाटू लागले आहेत. त्यांनी मैदानात यावे असा मी प्रयत्न करणार आहे. अट एकच असेल की त्यांनी स्वेच्छेने आणि स्पष्ट असे आहे की निश्चितपणे अंधारमय भविष्यासाठी समर्पित होण्यासाठी ते तयार असावेत. त्यांना इतरांना भेटू द्या आणि त्यांच्या हाव-भावाचा अभ्यास करा. जर ते योग्य भावना घेऊन काम करीत असतील तर उपयोगी आणि मूल्यवान सिद्ध होती. परंतु घाई करू नका. तुम्हाला निर्णय घ्यायचा आहे. जशी सोय असेल तशी व्यवस्था करा. या बंधुनो, आपण आनंदी होऊ या.

आनंदाच्या वातावरणात मी सांगू शकतो की ज्या प्रश्नावर आपली चर्चा आहे, त्यात आपली बाजू मांडल्याशिवाय राहू शकत नाही. मी पूर्ण जोराने सांगतो की आणि भरपूर आकांक्षा आहेत आणि आंनदाने भरलेले आहे, पण आवश्यक त्यावेळी काही कुर्बान करू शकतो आणि हे वास्तवीक बलिदान आहे. या गोष्टी मनुष्याच्या जीवनात कधी अडथळे ठरू शकत नाहीत. अट एकच आहे की तो मनुष्य असावा. लवकरच तुम्हाला त्याचे पुरावे मिळतील.

एखाद्या व्यक्तीच्या चरित्राबद्दल चर्चा करीत असताना एका गोष्टीचा विचार करायला हवा की प्रेम कधी एखाद्या मनुष्यासाठी मदतकारक सिद्ध झाले आहे ? मी आज या प्रश्नाचे उत्तर देतो-होय, तो मॅझिनी होता. तुम्ही कुठेतरी वाचले असेल त्याचा पहिला अपयशी विद्रोह, खचून टाकणारा पराभव, मेलेल्या सहकार्यांची आठवण तो विसरू शकत नव्हता. तो वेडा झाला असता किंवा त्याने आत्महत्या केली असती. परंतु आपल्या प्रेयशीच्या एकाच पत्राने तो, केवळ मजबूतच झाला नाही तर अगदीच बळकट झाला.

प्रेमाच्या नैतीक पातळीचा तिजका संबंध असतो, मी असे सांगू शकतो की ते आपोआप नाही, तर एक वेगाशिवाय पाशवी वृत्ती नसते, एक मानवीय अत्यंत गोड भावना आहे. प्रेम स्वतः एक पाशवी वृत्ती नाही आहे. प्रेम तर नेहमीच मनुष्याच्या चरित्राला मोठे करतो. खरे प्रेम कधी दडपले जाऊ शकत नाही. ते त्याची वाट काढत जाते, परंतु कोणी सांगू शकत नाही कधी ?

हो मी असे म्हणू शकतो की एक तरूण आणि तरूणी परस्पर प्रेम करतात आणि ते त्यांच्या प्रेमाच्या वेगात महान होतात, आपली पवित्रता कायम ठेवू शकतात. मी इथे एक गोष्ट स्पष्ट करू इच्छितो की प्रेम ही व्यक्तीची कमजोरी आहे, तर मी हे सामान्य व्यक्तीसाठी म्हटले नव्हते. ती एक आदर्श स्थिती आहे, जिथे मनुष्य प्रेम-तिरस्कार आदी गोष्टीवर नियंत्रण मिळवतो. ज्यावेळी मनुष्य आपल्या कार्याचा आधार आत्माच्या सांगण्यानुसार ठरवत नाही, परंतु आधुनिक काळात हे काही वाईट नाही. परंतु मनुष्यासाठी चांगले आणि फायदेशीर आहे. मी एका व्यक्तीने दुसऱ्या व्यक्तीसोबत प्रेम करण्यावर टीका केली आहे. पण तो देखील एक आदर्श स्तर आहे. ती असतानाही मनुष्यात प्रेमाची सखोल भावना असायला हवी, जिला तो एका व्यक्तीपुरती मर्यादीत न ठेवता जागतिक करील.

मी विचार करतो की मी माझी स्थिती स्पष्ट केली आहे. एक गोष्ट मी तुम्हाला सांगू इच्छितो की क्रांतीकारी विचार असताना आपण नैतीकतेच्या संदर्भात आर्यसमाजी कट्टर पद्धत अमलात आणू शकत नाहीत. आपण बढाया मारू शकतो आणि हे सहजपणे लपवू शकतो, पण वास्तवीक जीवनात तात्काळ थरथरतो. मी तुम्हाला सांगेल की हे सोडून द्या. काय मी माझ्या मनात कसलाही गैरसमज न ठेवता अगदी नम्रतेने सांगू शकतो की तुमच्यात जो अति आदर्शवाद आहे, तो जरा कमी करा. आणि त्यांच्याप्रमाणे जहाल राहू नका, जे मागे रहातील आणि माझ्यासारख्य आजाराचे बळी ठरतील. त्यांच्यावर टीका करून त्यांना दुःख देऊ नका. त्यांना तुमच्या सहानुभूतीची आवश्यकता आहे.

काय मी ही आशा करू शकतो की कोण्या खास व्यक्तीचा द्वेष न करता तुम्ही त्यांच्यासोबत मैत्री ठेवा, ज्याची त्यांना जास्त गरज आहे. परंतु या गोष्टी तुम्ही तोपर्यंत समजू शकत नाहीत, जोपर्यंत त्या गोष्टीला तुम्ही स्वतः बळी पडत नाहीत. मी हे सगळं का लिहित आहे ? मला सगळं स्पष्ट करायचं होतं. मी माझं मन मोकळं केलं आहे.

तुम्हाला प्रत्येक क्षेत्रात यश मिळो आणि सुभेच्छा सहित.

●

११
असेम्बली हॉलमध्ये फेकलेले पत्रक
(एप्रिल, १९२९)

८ एप्रिल, सन १९२९ रोजी असेम्बलीत बॉम्ब फेकल्यानंतर भगतसिंह आणि बटुकेश्वर दत्त यांनी फेकलेल्या इंग्रजी पत्रकाचा मराठी अनुवाद.

हिंदूस्थान समाजवादी प्रजासत्ताक सेना

सूचना

"बहिऱ्यांना ऐकू येण्यासाठी मोठ्या आवाजाची गरज असते," प्रसिद्ध फ्रांसीसी दहशतवादी शहीद वॅलियाचे हे अमर शब्द आपल्या कार्यासाठी योग्य ठरतात.

गेल्या दहावार्षापासून ब्रिटिश सरकारने शासन-सुधारणा नावाने या देशाचा जो अपमान केला आहे, ते पुन्हा पुन्हा सांगण्याची गरज नाही आणि हिंदूस्थानच्या पार्लमेंटमध्ये करण्यात येणारी ही घोषणा भारताच्या डोक्यावर दगड फोडून राष्ट्राचा अपमान करणारी आहे, ती उदाहरणे सांगण्याची गरज आहे. हे सगळे सर्वांना माहित असणारे आणि स्पष्ट आहे. आज पुन्हा एकदा सायमन कमिशनने फेकलेल्या काही सुधारणेच्या तुकड्याकडे डोळे लावून बसले आहेत आणि या तुकड्याच्या लोभापाई आपसात भांडत आहेत, विदेशी सरकार 'सार्वजनिक सुरक्षा विधेयक (पब्लिक सेफ्टी बिल) आणि औद्योगिक विवाद विधेयक' (ट्रेडस डिस्प्युटस बिल) च्या माध्यमातून दमनतंत्र अधिकच अधिकच कठोर करण्याचा प्रयत्न चालवला आहे. सोबतच आगामी अधिवेशनात वर्तमानपत्राद्वारा राजद्रोह रोखण्याचा कायदा' (प्रेस सैडिशन ॲक्ट) जनतेवर लादण्याची धमकी देण्यात येत आहे. सार्वजनिक काम करणारे कामगार नेत्यांची अंधाधुंद अटक हे स्पष्ट करते की सरकार कशा पद्धतीने चालू आहे.

राष्ट्रीय दमन आणि अपमानाची या उत्तेजनापूर्ण परिस्थितीत आपल्या जबाबदारीच्या गंभीरतेला जाणीव करून 'हिंदूस्थान समाजवादी प्रजासत्ताक संघ' आपल्या सेनेला हे पाऊल उचलण्याची आज्ञा दिली आहे. या कार्याचे प्रयोजन आहे की कायद्याचा हा अपमानजनक विनोद थांबविण्यात यावा. विदेशी शोषक नोकरशाही पाहिजे ते करील, परंतु कायदेशीर असण्याचा पडदा फाडणे गरजेचे आहे.

जनतेच्या प्रतिनिधींना आपला आग्रह आहे की त्यांनी पार्लमेंटच्या पाखंडाला सोडून आपापल्या मतदारसंघात परत जावे आणि जनतेला विदेशी दमन आणि शोषणाच्या विरोधात क्रांतीसाठी तयार करावे. आम्ही विदेशी सरकारला हे सांगू इच्छितो की आम्ही सर्वाजनिक सुरक्षा आणि औद्यागिक विवाद' सारखे दमनकारी कायदे आणि लाल लाजपतरायच्या हत्येच्या विरोधात देशातील जनतेच्या वतीने हे पाऊल उचलत आहोत.

आम्ही मनुष्याच्या जीवनाला पवित्र समजतो. आम्ही अशा उज्ज्वल भविष्यावर विश्वास ठेवत आहोत ज्यात प्रत्येक व्यक्तीला पूर्ण शांती आणि स्वतंत्रतेची संधी मिळू शकेल. आम्ही व्यक्तीचे रक्त सांडण्याच्या विवशतेवर दुःखी आहोत. परंतु क्रांती करून सर्वांना समान स्वातंत्र्य देणे आणि मनुष्याकडून मनुष्याचे होणारे शोषण थांबवण्यासाठी क्रांतीत थोडाफार रक्तपात तर होणारच.

इंकलाब जिंदाबद !

ह. बलराज

कमाडंर इन चीफ

●

१२
बॉम्ब संदर्भात सेशन कोर्टात केलेले विधान
(जून, १९२९)

भगतसिंह आणि बटुकेश्वर दत्तने असेम्बलीमध्ये बॉम्ब फेकल्यानंतर, ६ जून, १९२९ रोजी दिल्लीचे सेशन जज मि. लियोनार्ड मिडिल्टनच्या कोर्टात देण्यात आलेली साक्ष.

आमच्यावर गंभीर आरोप लावण्यात आले आहेत. म्हणून आम्ही आमच्या बाजूने बोलणे गरजेचे झाले आहे. आमच्या कथित गुन्ह्याबद्दल खालील प्रश्न केले जातात.

१) असेम्ब्लीत खरोखरच बॉम्ब फेकण्यात आले होते, असतील तर का?

२) कनिष्ट कोर्टात केलेले आरोप करण्यात आलेले आहेत, ते खरे आहेत की खोटे?

पहिल्या प्रश्नाच्या भागासाठी आमचे उत्तर स्वीकार्य आहे. परंतु तथाकथित साक्षीदारांने या प्रकरणी जी साक्ष दिली आहे, ती अगदीच खोटी आहे. बॉम्ब फेकला नाही, असे म्हणत नाहीत, म्हणून तुमचे साक्षीदार खरे बोलत आहेत काय याची चौकशी झाली पाहिजे. उदाहरण म्हणून इथे आम्ही सांगू इच्छितो की सार्जें टेरी यांचे असे म्हणणे आहे की त्यांनी आमच्या एकाकडून पिस्तूल जप्त केले, निव्वळ खोटे आहे, कारण की आम्हाला पोलिसांच्या स्वाधीन केल्यावर आमच्या कोणाकडेही कोणतेही पिस्तूल नव्हते. ज्या साक्षीदाराने आम्हाला बाम्ब फेकताना पाहिले आहे, असे सांतिले आहे, ते खोटे बोलत आहेत. न्याय तसेच निष्कपट व्यवहाराला सर्वश्रेष्ठ लोकांनी या खोट्या लोकांकडून धडा घ्यायला हवा. सोबत आपण सरकारी वकीलाचा योग्य व्यवहार तसेच कोर्टाच्या आतापर्यंतच्या न्यायसंगत वर्तणूकीचा देखील स्वीकार करीत आहोत.

पहिल्या प्रश्नाचे दुसऱ्या भागाचे उत्तर देण्यासाठी आपल्याला या बॉम्ब कांडासारख्या ऐतिहासिक घटनेच्या विस्तारात जावे लागेल. आम्ही हे काम कोणत्या उद्देशाने तसेच कोणत्या परिस्थितीत केले, याची पूर्ण आणि जाहीर खुलासा गरजेचा आहे.

जेलमध्ये आमच्याकडे काही पोलिस आले होते. त्यांनी सांगितले की लॉर्ड इर्विनने या घटनेनंतर असेम्बलीच्या दोन्ही सभागृहात म्हटले की "हा विद्रोह कोणत्याही व्यक्तीच्या विरोधात नाही, तर सरकारच्या विरोधात होता." हे ऐकून आमच्या लक्षात आले की लोकांना आमचे काम आवडले आहे.

माणूसकीवर प्रेम करण्यात आम्ही कुठेच मागे नाहीत. आम्ही कोणाचाही व्यक्तीगत द्वेष करीत नाहीत आणि प्राणिमात्राकडे आम्ही प्रेमाने पहातो. रानटीपणा करणाऱ्या देशाचे आम्ही नागरीक नाहीत, किंवा वेडे देखील नाहीत, जसे की लाहोरच्या 'ट्रिब्यून' तसेच काही दैनिकांनी सिद्ध करण्याचा प्रयत्न केला. आम्ही तर केवळ आपल्या देशाचा इतिहास, त्याची वर्तमान आवस्था तसेच इतर योग्य अशा अपेक्षा चिंतनशील विद्यार्थी असल्याने नम्रतापूर्वक दावा देखील करू शकतो. आम्हाला ढोंग तसेच पांखड आवडत नाही.

एक अपकारजनक संस्था

हे काम आम्ही कोणत्याही स्वार्थापोटी अथवा विद्वेषाच्या भावनेने केले नाही. आमचा उद्देश केवळ सरकारच्या विरोधात प्रतिवाद करणे होते. त्या प्रत्येक कामाने सरकारची अपात्रताच नाही तर अपकार करण्याची त्याची असीम क्षमता देखील प्रकट होते. या विषयाचा आम्ही जितका विचार केला तितका तो ठोस होत गेला की केवळ जगाच्या समोर भारताची लज्जाजनक तसेच असहाय आवस्थेचा ढिंढोरा वाजवण्यासाठी कायम आहे आणि ते एक बेजबाबदार तसेच निरंकुश शासनाचे प्रतिक आहे.

लोकप्रतिनिधीने कितीतरी वेळा राष्ट्रीय मागण्या सरकारच्या समोर ठेवल्या, परंतु त्या मागण्यांची नेहमीच अवहेलना करून प्रत्येक वेळा रद्दीच्या टोपलीत फेकून दिले. सभागृहाने पास केलेल्या गंभीर प्रस्तावाला भारताच्या तथाकथित पार्लमेंटच्या समोरच तिरस्कारपूर्वक पायाखाली चिरडून टाकला. दमनकरी तसेच निरंकुश कायद्यांना नष्ट करण्याची मागणी करणारे प्रस्ताव नेहमी अवहेलनेच्या दृष्टीनेच पहाण्यात आले. आणि जनतेच्या वतीने निवडलेल्या सदस्याने सरकारच्या ज्या कायद्याला किंवा प्रस्तावाला

अनवांटेड किंवा अवैधानीक सांगून रद्द केले होते, त्यांना केवळ पेन चालवूनच लागू केले आहे.

थोडक्यात खूप विचार केल्यावर देखील अशी संस्थेच्या अस्तित्त्वाचे औचित्य आमच्या लक्षात येऊ शकले नाही जो इतका रूबाब, जो केवळ भारताच्या करोडो कष्टकरी लोकांची पैशातून चालतो, खोटी, बनावटी आणि कारस्थानी एक संस्था आहे. आम्ही सार्वजनिक नेत्यांची मनोवृत्ती समजून घेण्यास देखील असमर्थ आहोत. आमच्या लक्षात येत नाही की आमचे नेते भारताची असहाय पारतंत्र्याची चेष्टा करणारे इतके स्पष्ट तसेच पूर्वनियोजित प्रदर्शनावर सार्वजनिक संपत्ती तसेच वेळ बर्बाद करण्यास मदत का करतात ?

आम्ही या प्रश्नांचे तसेच कामगार आंदोनलाच्या नेत्यांची धरपकड यावर विचार करीतच होतो तोच सरकारने औद्योगिक विवाद विधेयक घेऊन आली. या संदर्भातले सभागृहाचे काम पहायला गेलो. तिथे आमचा हा विश्वास अधिकच मजबूत झाला की भारतराची कष्टकरी जनता एक अशा संस्थेकडून कोणत्याच गोष्टीची आशा नाही करू शकत जी भारताच्या विवश कष्टकरी दास्यता तसेच शोषकांचा गळाघोटू शक्तीची अहितकारी म्हणून लक्षात राहील.

शेवटी तो कायदा, ज्याला आम्ही रानटी तसेच अमानवीय समजतो, देशाच्या प्रतिनिधींच्या माथ्यावर मारला आहे, आणि अशाप्रकारे करोडो संघर्षरत भुक्या कामगारांना प्राथमिक अधिकरापासून देखील वंचित करण्यात आले आणि त्यांच्याकडून त्यांच्या आर्थिक मुक्तीचे हत्यार देखील हिसकावले. ज्यांनी कोणी पण काबाडकष्ट करणाऱ्या मूक कष्टकऱ्यांबद्दल विचार केला आहे, तो कदाचित स्थिर मनाने हे सगळं पाहू शकत नाही. बळीच्या बकऱ्याप्रमाणे शोषक आणि सर्वात मोठा शोषक तर सरकार आहे- वेदीवर होणारे कष्टकऱ्यांचे बळी पाहून ज्या कोणाचे मन आक्रोश करीत असेल, त्यांनी आपल्या आत्म्याच्या आवाजाकडे दूर्लक्ष करू नये.

गवर्नर जनरलच्या कार्यकारिणी समितीचे माजी सदस्य श्री एस आर. दासने आपल्या प्रसिद्ध पत्रात आपल्या पुत्राला लिहिले होते की इंग्लडची झोप खराब करण्यासाठी बॉम्बचा उपयोग करणे गरजेचे आहे. श्री दासचे हे शब्द गृहीत धरून आम्ही असेम्ब्लीत बॉम्ब फेकले होते. आम्ही हे कामगारांच्या वतीने विरोध प्रगट करण्यासाठी केले होते. त्या असहाय कामगाराकडे मृत्यूइतका क्लेश व्यक्त करण्याचे कोणतेही साधन नव्हते. आमचा एकमेव उद्देश होता 'बहिऱ्यांना ऐकवणे' आणि त्या

कष्टकऱ्यांच्या मागण्यावर लक्ष देण्यासाठी सरकारला वेळीच वेळ मिळावा म्हणून इशारा देणे.

आमच्याप्रमाणेच इतरांना देखील वाटते की प्रशांत सागरात भारतीय मानवता वरवर वाटणारी शांतता कोणत्याही वेळी नष्ट होणे एक भीषण वादळाप्रमाणे आहे. आम्ही तर केवळ त्या लोकांची धोक्याची घंटा वाजवली आहे जी आगामी काळातील भयानक धोक्याची परवा न करता वेगाने पुढे जात आहे. आम्ही केवळ इतकेच सांगू इच्छितो की 'काल्पनीक अहिंसेचे' युग आता संपले आहे आणि आजच्या नव्या पिढीला त्यातील निरर्थकतेत कसलीही शंका नाही.

मानवतेसाठी हार्दिक सदभाव तसेच अनंत प्रेम असल्यामुळे विनाकारण रक्तपात घडवण्यापेक्षा इशारा देण्यासाठी आम्ही हा मार्ग अवलंबवला आहे. आणि आगामी काळातील रक्तपात आम्ही लाखो लोक आधीच पहात आहोत.

काल्पनीक अहिंसा

वर आम्ही काल्पनीक अहिंसा असा शब्दप्रयोग केला आहे. इथे ते समजावून सांगणे देखील आवश्यक आहे. आक्रमक उद्देशाने ज्यावेळी बळाचा वापर होतो, त्याला हिंसा असे म्हणतात आणि नैतिक दृष्टीकोणातून त्याला योग्य ठरवले जाऊ शकत नाही. परंतु ज्यावेळी त्याचा उपयोग एखाद्या कायदेशीर आदर्शासाठी केला जातो, तेव्हा त्याला नैतिक औचित्य देखील असते. कोणत्याही आवस्थेत बळाचा वापर नाही केला पाहिजे, हा विचार काल्पनीक आहे आणि अव्यवहारीक आहे. इकडे देशात जे नवे आंदोलन सुरू होत आहे, त्याची पूर्वसूचना आम्ही दिली आहे आणि ते गुरू गोविंदसिंह, शिवाजी, कमालपाशा, रिजा खाँ, वाशिगंटन, गॅरिबाल्डी, लफायत आणि लेनिनचे आदर्श घेऊन आहेत आणि त्यांच्या पाऊलावर पाऊल ठेवून चालत आहेत. कारण भारताचे विदेशी सरकार तसेच आमचे राष्ट्रीय नेतागण या आंदोलनाबद्दल उदासीन वाटतात आणि मुद्दाम त्यांच्या मागण्याकडे दुर्लक्ष करीत आहेत. शेवटी आम्हाला आमचे कर्तव्य लक्षात आले की असा एक इशारा दिला पाहिजे ज्याकडे कोणी दुर्लक्ष करणार नाही.

आमचे मत

आतापर्यंत आम्ही मुख्य उद्देशावर प्रकाश टाकला आहे. आता आम्ही आमचे मत देखील मांडतो.

हे सांगण्याची आवश्यकता नाही की या घटनेच्या संदर्भात किरकोळ नुकसान होणाऱ्या व्यक्ती अथवा असेम्ब्लीच्या इतर कोण्या व्यक्तीबद्दल आमच्या मनात कसली

विद्वेषाची भावना नव्हती. याउलट आम्ही पुन्हा एकदा स्पष्ट करीत आहोत की आम्ही मानवी जीवनाला अत्यंत पवित्र समजत आहोत आणि कोण्या व्यक्तीचं नुकसान करण्याऐवेजी आम्ही मानव जातीच्या सेवेत आपलं जीवन हसत हसत कुर्बान करू. आम्ही साम्राज्यवाद्यांच्या भाड्याच्या सैनिकासारखे नाहीत, ज्यांचे कामच हत्या करणे असतं. आम्ही मानवी जीवनाचा आदर करतो आणि मानवी जीवनाचे रक्षणही करतो. असे असतानाही आम्ही सांगतो की आम्ही असेंम्ब्लीत बॉम्ब फेकले.

घटना आम्ही सांगतो त्याप्रमाणेच आहे आणि आमच्या उद्देशाची समीक्षा आमच्या कामाचा परिणाम यावर व्हायला हवी, काल्पनीक कथेवर किंवा गृहीतावर नाही. सरकारी तज्ज्ञाच्या साक्षीच्या विरोधात आम्हाला असे सांगायचे आहे की असेम्ब्लीत फेकलेल्या बॉम्बने त्या ठिकाणच्या रिकाम्या बेंचचे नुकसान झाले आणि जवळजवळ अर्धा डझन लोकांना किरकोळ जखमा झाल्या. सरकारी तज्ज्ञांनी सांगितले आहे की बॉम्ब मोठे जोरदार होते आणि त्यामुळे फार नुकसान झाले नाही. तिला एक अप्रिय घटनाच म्हटले पाहिजे. परंतु आमच्या विचारानुसार तिला वैज्ञानीक घटना म्हणून सांगण्यात आले. जर त्या बॉम्बमध्ये अधिकप्रमाणात पोटेशियम क्लोरेट आणि पिक्रिक ॲसिड भरलेला असता, जसे की सरकारी तज्ज्ञाने म्हटले आहे, तर त्या बॉम्बने लाकडाचा घेर सोडून काही अंतरावर असलेल्या लोकांना उडवले असते. आणि जर त्यात आणखी दारूगोळा भरला असता तर त्या स्फोटाने असेंम्बलीच्या अनेकांना इजा केली असती. इतकेच नाही, आम्ही ठरवले असते तर आम्ही तो सरकारी कक्षातही फेकू शकत होतो, जिथे काही खास मंडळी होती. किंवा मग त्या सर जॉन साइमनला लक्ष्य केले असते, ज्याच्या दुर्देवी कमीशनने प्रत्येक भारतीयांच्या मनात त्याच्याबद्दल गंभीर तिरस्कार निर्माण केली होती आणि त्या बॉम्बने तितकेच काम केले ज्यासाठी त्यांना तयार करण्यात आले होते. यामुळे एखादी अप्रिय घटना घडली असेल तर ती ही आहे की ती पाहिजे त्या ठिकाणी पडला.

एक ऐतिहासिक चूक

यानंतर आम्ही चुकीची शिक्षा भोगण्यासाठी स्वतःला पोलिसांच्या स्वाधीन केले आहे. आम्ही साम्राज्यवादी शोषकांना हे सांगू इच्छित होतो की मुठभर लोकांना ठार करून कोणताही आदर्श नष्ट केल्या जाऊ शकत नाही आणि दोन चार लोकांना चिरडून कोण्या राष्ट्राला दाबल्या जाऊ शकत नाही. आम्ही इतिहासाच्या या पाठावर जोर देऊ इच्छितो की परिचय चिन्ह तसेच बास्तीय(फ्रांसचा कुख्यात जेल जिथे राजकीय कैद्यांना घोर वागणूक दिल्या जाते) फ्रांसचे क्रांतीकारी आंदोलनाला चिरडून

टाकण्यास समर्थ ठरले नाहीत, फाशीची दोर आणि साइबेरियाच्या जेलमध्ये रशियन क्रांतीची आग विझवू शकले नाहीत. म्हणून काय झाले, अध्यादेश आणि सेफ्टी बिल भारतातील स्वातंत्र्याची आग विझवू शकतील ? कारस्थानाचा शोध घेऊन किंवा रचलेल्या कारस्थानाद्वारा तरूणांना शिक्षा देऊन किंवा एक महान आदर्शाच्या स्वप्नाने प्रेरित नवतरूणांना जेलमध्ये टाकून क्रांतीला रोखल्या जाऊ शकते ? होय, सार्वजनिक इशारा, अट एकच की त्याची उपेक्षा केली जाऊ नये, लोकांचा जीव वाचवला जाऊ शकतो आणि निरर्थक अडचणीपासून त्यांची रक्षा केल्या जाऊ शकते. इशारा देण्यासाठी हा आरोप आम्ही आमच्यावर घेत आहोत, आम्ही आमचे कर्तव्य पूर्ण केले आहे.

क्रांती काय आहे ?

भगतसिंहांना कनिष्ठ कोर्टात काय विचारण्यात आले होते की क्रांती म्हणजे काय ? या प्रश्नाच्या उत्तरात त्यांने सांगितले होते की क्रांतीसाठी रक्तपात आवश्यक नाही किंवा कोणाची हिंसा करण्याची आवश्यकता नाही. तो बॉम्ब आणि पिस्तोलचा मार्ग नाही आहे. क्रांती म्हणजे अन्यायावर आधारीत असलेल्या वर्तमान व्यवस्थेत अमलाग्र परिवर्तन.

समाजाचे प्रमुख अंग असताना देखील आज कामगारांना त्यांच्या मूलभूत अधिकारापासून वंचित ठेवण्यात येत आहे आणि त्यांच्या कमाईचा पैसा शोषक भांडवलदार घेत आहेत. अन्नदाता शेतकरी स्वतःच्या कुटूंबाचं पोट भरण्यास असमर्थ आहे. जगभरातल्या बाजारपेठांना कपडा पुरवठा करणारा विणकर स्वतःचे तसे कुटूंबांचे अंग झाकू शकत नाही. सुंदर महालाचे बांधकाम करणारा कारागीर, लोहार तसेच स्वतः पडक्या घरात राहून आपलं जीवन संपवत आहे. याउलट निरर्थक गोष्टीसाठी शोषक भांडवलदार अमाप पैसा उधळत असतात.

ही भयानक अशी विषमता आणि जबरदस्तीने लादलेला भेदभाव जगाला एक मोठ्या घडामोडीकडे घेऊन चालला आहे. हे अधिक दिवस चालणारे नाही. स्पष्ट आहे की आज श्रीमंत समाज एक भयानक ज्वालामुखीच्या तोंडावर बसून मौज मस्ती करीत आहे आणि शोषित समाज विनाशाच्या काठावरून मार्ग काढत चालला आहे.

अमूलाग्र परिवर्तनाची गरज

संस्कृतिचा हा डोलारा वेळीच आपण सावरला नाही तर लवकरच आपण विनाशाच्या वाटेवर असू. देशाला एका अमूलाग्र परिवर्तनाची गरज आहे. लोकाना हे महित आहे की त्यांचे कर्तव्य आहे, साम्यवादी सिद्धांतानुसार समाजाची निर्मिती करावी. जोपर्यंत

असे केले जात नाही आणि मनुष्याद्वारा मनुष्याचे तसेच राष्ट्राद्वारे राष्ट्राचे शोषण, ज्याला साम्राज्यवाद म्हणतात, समाप्त नाही केल्या जाऊ शकत, तोपर्यंत मानवतेची त्या क्लेशापासून सुटका मिळणे अशक्य आहे आणि तोपर्यंत युद्धांना समाप्त करून जगात शांतता आणण्याच्या गोष्टीचा विचार केवळ एक ढोंग असेल, दुसरे काही नाही. क्रांती म्हणजे आमच्यासाठी समता प्रस्थापित करण्याचा एक मार्ग आहे, ज्यातून अनेक वाईट प्रथा वजा केलेल्या असतील आणि कामगारांचे राज्य आलेले असेल. आणि ज्याचा परिणाम म्हणून प्रस्थापित होणारा विश्व संघ पीडीत मानवतेला भांडवलवादाच्या जोखडातून आणि साम्राज्यवादी युद्धाच्या विनाशापासून सुटका करण्यास समर्थ असेल.

सार्वजनिक इशारा

हा आहे आमचा आदर्श. आणि या आदर्शापासून प्रेरणा घेऊन आम्ही एक योग्य आणि जोरदार इशारा दिला आहे. परंतु आमच्या या इशाऱ्याकडे लक्ष न दिल्यास आणि वर्तमान शासन व्यवस्था आदोलकाच्या मार्गात अडथळे आणण्यास थांबली नाही, तर क्रांतीच्या यशस्वीतेसाठी एक भयंकर युद्ध करणे अनिवार्य असेल. सर्व अडथळ्यावर मात करीत या क्रांतीचा परिणाम म्हणून कामगारवर्ग एक नायक म्हणून पुढे येईल. कामगार नायक असणारी ही क्रांती आदर्शाची पुर्तता करीत पुढे जाईल. क्रांती मानव जातीचा जन्मजात अधिकार आहे जो हिरावून नाही घेतल्या जाऊ शकत. स्वातंत्र्य प्रत्येक मनुष्याचा जन्मसिद्ध अधिकार आहे. श्रमीक वर्ग हाच समाजाचा खरोखर असा पोषक वर्ग आहे, जनतेच्या सार्वभौम सत्तेची स्थापना कामगार वर्गाचा अतिंम उद्देश आहे. या आदर्शासाठी आणि या विश्वासाठी आपल्याला जी काही शिक्षा दिल्या जाईल, आम्ही तिचं स्वागत करू. क्रांतीच्या या वेदीवर आमचं हे तारूण्य नैवेध म्हणून आहे, कारण अशा महान आदर्शासाठी मोठे मोठे त्याग देखील कमी आहेत. आम्ही समाधानी आहोत आणि क्रांती पुढे घेऊन जाण्याच्या प्रतिक्षेत आहोत.

इंकलाब जिंदाबद !

(६ जून, १९२९)

●

१३

विद्यार्थ्यांच्या नावाने पत्र

(ऑक्टोबर, १९२९)

भगतसिंह आणि बटुकेश्वर दत्त यांच्या वतीने जेलमधून पाठवण्यात आलेले हे पत्र १९ ऑक्टोबर, १९२९ रोजी पंजाब विद्यार्थी संघ, लाहोरच्या दुसऱ्या अधिवेशनात वाचून दाखवण्यात आले होते. अधिवेशनाचे अध्यक्ष होते सुभाचंद्र बोस.

यावेळी आम्ही तरूणांना असे सांगत नाहीत की त्यांनी बॉम्ब आणि पिस्तोल हाती घ्यावेत. आज विद्यार्थ्यांसमोर यापेक्षाही अधिक महत्त्वाचे काम आहेत. आगामी लाहोर अधिवेशनात कॉंग्रेस देशाच्या स्वातंत्र्य लढाईची मोठी घोषणा करणार आहे. राष्ट्रीय इतिहासाच्या या कठीण काळात तरूणांच्या खांद्यावर फार मोठी जबाबदारी आहे. हे खरे आहे की या लढाईत विद्यार्थ्यांनी नेत्तृत्व केले आहे. काय परिक्षेच्या या काळात ते अशाच प्रकारे खंबीरपणे आणि आत्मविश्वासाचा परिचय देण्यास मागे पुढे पहाणार नाहीत ? तरूणांना क्रांतीचा हा संदेश देशाच्या कानाकोपऱ्यात पोहचवावा लागेल. कंपन्यात, झोपडपट्टीत आणि गावच्या झोपडीपर्यंत हा क्रांतीचा संदेश करोडो लोकांपर्यंत पोहचवावा लागेल.

शोषण होणे शक्य होणार नाही. पंजाब तसाही राजकीय आघाडीवर मागासलेला समजला जातो. ही पण जबाबदारी तरूणांवर आहे. आज ते देशाबद्दल त्यांची नितांत श्रद्धा आणि शहीद यतीद्रनाथ दासच्या महान बलिदानापासून प्रेरणा घेऊन हे सिद्ध करतील की स्वातंत्र्याच्या या आंदोलनात खंबीरपणे लढू शकतात.

(२२ ऑक्टोबर, १९२९ च्या ट्रिब्यूनल (लाहोर) मध्ये प्रकाशित)

●

१४

संपादक, मार्डर्न रिव्हूच्या नावाने पत्र

(डिसेंबर, १९२९)

भगतसिंहाने त्यांचे विचार स्पष्टपणे भारतीय जनतेसमोर ठेवले. त्यांच्या मते, क्रांतीची तलवार विचाराच्या धारेवर तेज होते. ते विचारधारात्मक क्रांतीकारी परिस्थितीसाठी संघर्ष करीत होते. आपल्या विचारावर झालेल्या सर्व हल्ल्यांना त्यांनी तर्कपूर्ण उत्तर दिले. हे हल्ले इंग्रज सरकारकडून असोत किंवा देशातील नेत्यांनी वर्तमान पत्रातून केलेले असोत. शहीद यतींद्रनाथ दास ६३ दिवस उपोषण करून शहीद झाले. 'मॉडर्न रिव्हूय' चे संपादक रामानंद चट्टोपाध्यायने ते शहीद झाल्यावर भारतीय जनेतेने त्यांचा केलेला सन्मान आणि इंक्लाब जिंदाबादच्या घोषणेवर टीका केली. भंगतसिंह आणि बटुकेश्वर दत्तने मॉडर्न रिव्ह्यूच्या संपादकाला त्यांच्या त्या संपादकीयचे खालीलप्रमाणे उत्तर दिले होते.

श्री संपादकजी,

मॉडर्न रिव्ह्यू

आपण आपल्या सन्मानीत पत्राच्या डिसेंबर १९२९ च्या अंकात एक टिप्पणी 'इंकलाब जिंदाबाद' शीर्षकाखाली आहे आणि ही घोषणा निरर्थक ठरविण्याचा प्रयत्न केला होता. आपल्या सारखे परिपक्व विचाराचे तसेच अनुभवी आणि यशस्वी संपादक म्हणून दोष काढणे तसेच त्याचा प्रतिवाद करणे, ज्याकडे प्रत्येक भारतीय सन्मानाच्या दृष्टीने पहातो. आमच्यासाठी एक मोठे धाडस असेल. तरीपण या प्रश्नाचे उत्तर देणे आमचे कर्तव्य समजतो की ती घोषणा म्हणजे आमच्यासाठी काय आहे.

हे आवश्यक आहे, कारण या देशात यावेळी ही घोषणा सर्व लोकापर्यंत घेऊन जाण्याचे कार्य आमच्या वाट्याला आले आहे. ही घोषणा रशियन क्रांतीकाळात देण्यात आली आहे. प्रसिद्ध समाजवादी लेखक ॲप्टन सिक्लेअरने त्यांच्या 'बोस्टन' आणि 'आईल' मध्येच ही घोषणा काही अराजकतावादी क्रांतीकारकांच्या पात्रांच्या तोडून उपयोगात आणली. याचा अर्थ काय आहे ? याचा अर्थ असा नाही की सशस्त्र संघर्ष कायम चालू ठेवावा आणि कोणतीही व्यवस्था अल्पकाळासाठी देखील कायम राहू शकत नाही. दुसऱ्या शब्दात देश आणि समाजात अराजकता पसरलेली असावी.

दीर्घकाळापासून उपयोगात आणल्यामुळे ही घोषणा विशेष प्रकारची भावना असणारा बनला आहे. जे शक्य आहे की भाषेचे नियम तसेच कोषाच्या आधारावर या शब्दाला उचित तर्कसंगत पद्धतीने सिद्ध होऊ नये, परंतु सोबतच या घोषणेपासून त्या विचाराला वेगळे नाही केल्या जाऊ शकत, जो या घोषणेचा होतो. असे सगळ्या घोषणा अशा स्वीकृतीच्या अर्थाच्या द्योतक आहेत, जे एका मर्यादेपर्यत त्यात निर्माण झाले आहेत तसेच एका मर्यादेपर्यंत त्यात तो आहे.

उदाहरण म्हणून आपण यतींद्रनाथ जिंदाबादची घोषणा देऊ. याचा अर्थ आपण असा काढतो की त्यांच्या जीवनाचा महान आदर्श तसेच त्या अथक उत्साहाला नेहमीसाठी कायम ठेवू, ज्याने या महान बलिदानाला त्या आदर्शासाठी अवर्णनीय कष्ट झेलले तसेच असीम बलिदान करण्याची प्रेरणा दिली. ही घोषणा दिल्याने आमची ही लालसा प्रकट होते की आम्ही पण आपल्या आदर्शासाठी उत्साह कायम ठेवावा. ही तिच भावना आहे, जिचे आम्ही कौतूक करतो. अशाप्रकारे इंकलाब शब्दाचा अर्थ देखील रिकामा असा नाही लावला पाहिजे. या शब्दाचा योग्य वापर करणाऱ्या लोकांच्या हिताचा विचार करता विभिन्न अर्थ तसेच विभिन्न विशेषता जोडल्या जाते. क्रांतीकारकांच्या दृष्टीने हे एक पवित्र वाक्य आहे. आम्ही ही गोष्ट ट्रिब्यूनलच्या समक्ष आमचे म्हणणे मांडण्याचा प्रयत्न केला आहे.

या वक्तव्यात आम्ही म्हटले होते की क्रांती (इंकलाब) चा अर्थ अनिवार्य स्वरूपात सशस्त्र आंदोलन नसते. बॉम्ब आणि पिस्तोल कधी क्रांती करण्यासाठी उपयोगात येत नाहीत. यात काही शंका नाही. काही आंदोलनात बॉम्ब आणि पिस्तोल एक महत्त्वाचे साधन म्हणून सिद्ध होते, परंतु केवळ या कारणामुळे बॉम्ब आणि पिस्तोल क्रांतीला पर्याय ठरत नाहीत. विद्रोहाला क्रांती म्हटल्या जाऊ शकत नाही, तरीपण असे होऊ शकते की विद्रोहचा अंतिम परिणाम क्रांती असावा.

एका वाक्यात क्रांतीचा अर्थ प्रगतीसाठी परिवर्तनाची भावना तसेच आकांक्षा' आहे. लोक साधारणतः जीवनाच्या परंपरागत दशेसोबत चिटकून असतात आणि पविर्तनाच्या विचारालाच धाबरू लागतात. ही एक अकर्मण्यातेची भावना आहे, जिच्या जागी क्रांतीकारी भावना जागृत करण्याची आवश्यकता आहे. दुसऱ्या शब्दात सांगायचे म्हणजे अकर्मण्यतेचे वातावरण निमाण होते आणि रूढीवादी शक्ती मानव समाजाला कुमार्गावर घेऊन जाते. ही परिस्थिती मानवी समाजाच्या प्रगतीमध्ये गतिरोधाचे कारण बनते.

क्रांतीच्या या भावनेने मनुष्य जातीचा आत्मा कायम ओतप्रोत रहायला हवी, ज्यामुळे रूढीवादी शक्ती मानव समाजाच्या प्रगतीच्या शर्यतीत अडथळा आणण्यासाठी संघटीत होणार नाहीत. हे आवश्यक आहे की जुणी व्यवस्था सदैव राहू नये आणि ती नव्या व्यवस्थेसाठी रिकामी व्हावी, ज्यामुळे एक आदर्श व्यवस्था जगाला बिघडण्यापासून रोखू शकेल. हा आमचा विचार आहे ज्याच्या हृदयात ठेवून आम्ही इंकलाब जिंदाबादी घोषणा जोराने देतो.

भगतसिंह, बी. के. दत्त

(२२ डिसेंबर, १९२९)

●

१५
बॉम्ब दिसला
(जानेवारी, १९३०)

राष्ट्रीय आंदोलनाच्या दरम्यान क्रांतीकारकांच्या टीकेपुढे गांधीजी ब्रिटिश सरकारच्या एक पाऊल पुढे होते. २३ डिसेंबर, १९२९ रोजी ब्रिटिश साम्राज्यवादाचे आधार व्हाइसराय याची गाडी उडवण्याचा क्रांतीकारकांनी प्रयत्न केला, जो अपयशी ठरला. गांधीजीने या घटनेवर एक कडकडीत लेख बॉम्बची पूजा या नावाने लिहिला, ज्यात त्यांनी व्हाइसरायला देशाचे हितचिंतक आणि तरूणांना स्वातंत्र्याच्या मार्गातला अडथळा म्हटले होते. याच्या उत्तरादाखल भगवतीचरण बोहराने 'बॉम्बचे दर्शन' या नावाचा लेख लिहिला, ज्याचे शीर्षक 'हिंदूस्थान प्रजातंत्र समाजवादी सभेचा जाहीरनामा' असे ठेवले. भगतसिंहाने जेलमध्ये त्याला अंतिम स्वरूप दिले. २६ जानेवारी १९३० रोजी देशभर वितरीत करण्यात आले.

अलिकडेच खास करून २३ डिसेंबर १९२९ रोजी व्हाइसरायची ट्रेन उडवण्याचा जो प्रयत्न करण्यात आला होता, त्याचा निषेध करीत कॉग्रेसने पास केलेला प्रस्ताव तसेच यंग इंडियामध्ये गांधीजीने लिहिलेला लेख यातून स्पष्ट होते की भारतीय राष्ट्रीय कॉग्रेसने गांधीजीसोबत तडजोड करून भारतीय क्रांतीकारकांच्या विरोधात जबरदस्त आंदोलन सुरू केले आहे. जनतेमध्ये भाषणे तसेच पत्रांच्या माध्यमातून क्रांतीकारकांच्या विरोधात बरोबर प्रचार केला जात होता. एक तर हे मुद्दाम करण्यात आले किंवा अज्ञानामुळे त्यांच्याविरोधात चुकीचा प्रचार होत आलेला आहे आणि त्यांना चुकीचे ठरवण्यात आले. परंतु क्रांतीकारी त्यांच्या सिद्धांतावर तसेच कामावर केलेल्या टीकेला

घाबरत नाहीत. उलट अशा टीकेचे स्वागतच करतात, कारण की ते याला या गोष्टीची सुवर्ण संधी समजतात. असे केल्याने त्यांना त्या लोकांना क्रांतीकारकांचा मूलभूत सिद्धांत तसेच उच्च आदर्शाला जी त्यांची प्रेरणा तसेच शक्तीचा अविरत स्त्रोत आहे, समजण्याची संधी मिळते. आशा केली जाते की या लेखाच्या माध्यमातून सामान्य जनतेला हे समजून घेण्याची संधी मिळेल की क्रांतीकारी कोण आहेत, त्यांच्या विरोधात करण्यात आलेला भ्रामक अपप्रचार यातून ते बोहर पडू शकतात.

प्रथम आपण हिंसा आणि अहिंसा यावरच विचार करू. आमच्या मते या शब्दांचा वापर चुकीचा करण्यात आला, असे करणे म्हणजे दोन्ही गटासोबत अन्याय आहे, कारण की या शब्दामुळे दोन्ही गटांची स्पष्ट माहिती मिळत नाही. हिंसेचा अर्थ आहे की अन्याय करण्यासाठी केलेली बळजबरी, परंतु क्रांतीकारकांचा तर हा उद्देश नाही. दुसरीकडे अहिंसेचा जो सामान्य अर्थ लावला जातो, तो आत्मिक शांतीचा सिद्धांत आहे. त्याचा उपयोग व्यक्तिगत किंवा राष्ट्रीय अधिकारांना प्राप्त करण्यासाठी केला जात आहे. स्वतःला कष्ट देऊन आशा केली जाते की अशाप्रकारे शेवटी आपल्या विरोधकाचे हृदय परिवर्तन करणे शक्य होईल.

एक क्रांतीकारी जेव्हा काही गोष्टींना आपला अधिकार समजू लागतो तेव्हा तो त्याची मागणी करतो, त्याच्या त्या मागणीच्या बाजूने बाजू मांडतो, समस्त आत्मिक शक्तीद्वारा ते प्राप्त करण्याची इच्छा बाळगतो, त्याच्या प्राप्तीसाठी वाट्टेल तितके कष्ट सहन करतो, त्यासाठी मोठा त्याग करण्यास तयार असतो आणि त्याच्या समर्थनार्थ त्याचे सर्व बळ एकवटतो. त्याच्या या नावाला तुम्हाला काय नाव द्यायचे असेल ते द्या, परंतु तुम्ही त्याला हिंसा असे म्हणू शकत नाहीत. कारण असे करणे म्हणजे कोशात दिलेल्या त्या शब्दाच्या अर्थाचा अपमान होईल. सत्यागृहाचा अर्थ आहे, सत्यासाठी आग्रह. त्याच्या स्वीकृतीसाठी केवळ आत्मिक शक्तीच्या उपयोगाचा अर्थ का ? त्यासोबत शारीरिक बळाचा वापर का नाही केला जावा ? क्रांतीकारी स्वातंत्र्य प्राप्तीसाठी त्याच्या शारीरिक आणि नैतिक अशा बळाचा उपयोग करण्यावर विश्वास ठेवतो परंतु नैतिक शक्तीचा उपयोग करणारे शारीरिक बळाचा उपयोग निषेधात्मक मानतात. म्हणून आता हा प्रश्न आहे की तुम्हाला हिंसा पाहिजे आहे की हिंसा, उलट प्रश्न असा आहे की तुम्ही तुमच्या उद्देश प्राप्तीसाठी शारीरिक बळासहित नैतिक बळाचा उपयोग करू इच्छिता किंवा केवळ आत्मिक शक्तीचा ?

क्रांतीकारकांचा विश्वास आहे की देशाला क्रांतीच्या मार्गानेच स्वातंत्र्य मिळेल. ते ज्या क्रांतीसाठी प्रयत्नशील आहेत आणि ज्या क्रांतीचे स्वरूप त्यांच्यासमोर आहे, याचा अर्थ केवळ असा नाही की विदेशी शासक तसेच त्यांचे शिष्यासोबत क्रांतीकारकांचा केवळ सशस्त्र संघर्ष व्हावा, उलट या सशस्त्र संघर्षासोबत नवीन सामाजिक व्यवस्थेद्वारा देशासाठी मुक्त व्हावे. क्रांती, भांडवलवाद, वर्गवाद तसेच काही लोकांना विशेष अधिकार देणाऱ्या धोरणांचा अंत करील.

या विषयी गांधीजी विजयी ठरले पण तो विजय एक प्रकारे पराभवासमान होता आणि आता ते 'दि कल्ट ऑफ दि बम' लेख लिहून क्रांतीकारकांवर दुसरा हल्ला करून बसलेत. या संदर्भात काही सांगण्यापुर्वी या लेखावर आपण चांगला विचार करू. या लेखात त्यांनी तीन गोष्टींचा उल्लेख केला आहे. त्यांचा विश्वास, त्यांचे विचार आणि त्यांचे मत. आपण त्यांच्या विश्वासाच्या संबंधात विश्लेषण नाही करणार, कारण विश्वासात तर्कासाठी जागा नसते. गांधीजी ज्याला हिंसा म्हणतात आणि ज्याविरूद्ध त्यांनी जो तर्कसंगत विचार व्यक्त केला आहे, त्याचे क्रमवार विश्लेषण करू.

गांधीजी विचार करतात की त्यांची ही धारण बरोबर आहे कारण अधिकतर भारतीयांना हिंसेच्या भावनेने स्पर्शही केलेला नाही आणि अहिंसा हे त्याचे राजकीय हत्यार बनले आहे. अलिकडेच त्यांनी देशात जो दौरा काढला होता त्यावरून त्यांची ही भावना पक्की झाली आहे, परंतु केवळ दौरा काढला म्हणून त्यांची ही भावना बरोबर आहे, असे समजू नये. ही गोष्ट खरी आहे की कॉंग्रेसचे नेते त्यांचे दौरे तितकेच करतात जितकी रेल्वे त्यांना घेऊन जाते, गांधीजीने पण त्यांचा दौरा तितकाच केला आहे, जितके ते मोटार सायकलने प्रवास करतील. या प्रवासात ते श्रीमंत व्यक्तींच्या घरी थांबले. या दौऱ्यात त्यांचा अधिकतर वेळ त्यांच्या भक्तासोबत गप्पा करण्यातच गेला. त्यांचे कौतूक, सभेत भोळया भाबड्या जनतेला दिलेले दर्शन यातच गेला. त्यांच्या मते त्यांना सगळं काही समजतं. परंतु ही बाब या दाव्याच्या विरोधात आहे की त्यांना जनतेच्या मनातलं समजतं.

कोणताही व्यक्ती सामान्य लोकांच्या विचारांना केवळ स्टेजवरून दर्शन दिल्याने आणि उपदेश केल्याने नाही समजू शकत. ते केवळ इतकाच दावा करू शकतात की त्यांनी जनतेसमोर त्यांचे विचार मांडले. काय गांधीजीने या काळात जनतेच्या सामाजिक जीवनात डोकावण्याचा कधी प्रयत्न केला आहे ? काय कधी त्यांनी सांजवेळी ग्रामीण भागातील लोकांच्या बरोबर बसून कोण्या शेतकऱ्यांचे प्रश्न समजून घेतले आहेत ?

एखाद्या कंपनीतील कामगारासोबत एखादी रात्र घालवून त्यांचे प्रश्न समजून घेतले आहेत ? परंतु आम्ही असे केले आहे म्हणून दावा करीत आहोत की आम्ही जनतेला ओळखतो. आम्ही गांधीजींना विश्वास देतो की साधारण भारतीय साधारण मानवासमोरच अहिंसा तसेच आपल्या शत्रुवर प्रेम करण्याची आध्यात्मिक भावनेला फार कमी समजतो.

जगाचा हाच तर नियम आहे-तुमचा एक मित्र आहे, तुम्ही त्याच्यावर प्रेम करता, कधी कधी इतके की तुम्ही त्याच्यासाठी जीव देखील देता. तुमचा शत्रू आहे, तुम्ही त्याच्यासोबत कसलाही संबंध ठेवत नाही. क्रांतीकारकांचा हा सिद्धांत नितांत सत्य, सरळ आणि थेट आहे आणि हा ध्रुव सत्य आदम आणि इव्हपासून चालत आले आहेत तसेच हे समजून घेण्यात कसलाही अडचण आली नाही. ही गोष्ट आम्ही स्वतःचा अनुभव म्हणून सांगत आहे. तो दिवस दूर नाही जेव्हा लोक क्रांतीकारी विचारधारेला सक्रिय स्वरूप देण्यासाठी हजारोच्या संख्येने गोळा होतील.

गांधीजी घोषणा करतात की अहिंसेचे सामर्थ्य तसेच स्वतःला त्रास देण्याच्या प्रणालीवरून त्यांना ही आशा आहे की ते एक दिवस विदेशी शासकांचे हृदय पविर्तन करून आपल्या विचारधारेने त्यांना त्यांचे अनुयायी बनवतील. आता त्यांनी आपल्या सामाजिक जीवनाच्या या चमत्काराच्या प्रेम संहितेच्या प्रचारासाठी स्वतःला समर्पित केले आहे. ते ठाम विश्वासाने त्याचा प्रचार करीत आहेत, जसे की त्यांच्या काही अनुयायाने देखील केले आहे. परंतु काय ते सांगू शकतात की भारतात किती शत्रुंचे हृदय पविर्तन करून त्यांनी त्यांना भारताचे मित्र बनवले आहे ? ते किती ओडायरो, डायरो तसेच रिडींग आणि इर्विनला भारताचा मित्र बनवू शकले ? जर कोणालाच नसेल तर भारत त्यांच्या विचारधारेसोबत कसे सहमत होऊ शकतो की ते इंग्लडला अहिंसेला समजावून सांगून ही गोष्ट स्वीकारण्यास करतील की ते भारताला स्वातंत्र्य देतील.

व्हाइसरायच्या गाडीखाली बरोबर स्फोट झाला असता तर दोन पैकी गोष्ट निश्चित झाली असती, एक तर व्हाइसराय जखमी झाले असते किंवा त्यांचा मृत्यू झाला असता. अशा परिस्थितीत व्हाइसराय तसेच राजकीय पक्षाचे नेते यांच्यात तडजोड झाली नसती, हा प्रयत्न थांबला असता. त्याने राष्ट्राचे कल्याणच झाले असते. कलकत्ता कॉंग्रेसच्या आव्हानानंतरही स्वशासनाची भीक मागण्यासाठी व्हाइसराय भवनाजवळ भटकणाऱ्यांसाठी घृणास्पद प्रयत्न निष्फळ होतात. जर बॉम्बचा ठीक स्फोट झाला

असता, तर भारताच्या शत्रुला योग्य ती शिक्षा मिळाली असती. मेरठ तसेच लोहोर कट आणि भुसावळ कांडचा खटला चालवणारे केवळ भारताच्या शत्रुलाच मित्र वाटू शकतात. साइमन कमीशनच्या सामूहिक विरोधाने देशात जी एकजूट निर्माण झाली होती, गांधी तसेच नेहरूंची राजकीय बुद्धिमत्तेनंतरच इर्विन त्याला नष्ट करण्यास समर्थ ठरू शकले. आज काँग्रेसमध्ये देखील आपसात फूट पडली आहे. आमच्या दुर्दैवाने व्हाइसराय किंवा त्याचे चमचे सोडून कोण जबाबदार असेल. असे असतानाही आमच्या देशात असे लोक आहेत जे त्याला भारताचे मित्र म्हणतात.

देशात असे लोक देखील असतील ज्यांना काँग्रेसबद्दल श्रद्धा नाही, तिच्यापासून त्यांना कसली आशा पण नाही. जर गांधीजी क्रांतीकारकांना या श्रेणीतले समजतात तर ते त्यांच्यासोबत अन्याय करीत आहेत. ते ही गोष्ट चांगली समजून आहेत की काँग्रेसने जनजागृतीचे महत्त्वाचे काम केले आहे. तिने सामान्य लोकांत स्वातंत्र्याची भावना निर्माण केली आहे कारण त्यांचा विश्वास आहे की जोपर्यंत काँग्रेसमध्ये सेन गुप्तासारखा अद्भूत प्रतिभाशाली व्यक्तीचा, जो व्हाइसरायची गाडी उडवण्यात गुप्तचर विभागाचा हात आहे असे सांगतात तसेच अन्सारी सारखे लोक, राजकारण कमी समजतात आणि योग्य तर्काची उपेक्षा करून बिनबुडाची आणि निरर्थक बाजू मांडून असे म्हणतात की कोणत्याही राष्ट्राने बॉम्ब फोडून स्वातंत्र्य मिळवले नाही-जोपर्यंत काँग्रेससारख्या पक्षात या विचाराना प्राधान्य असेल, तोपर्यंत देश त्यापासून फार कमी आशा करू शकतो. क्रांतीकारी तर त्या दिवसाच्या प्रतिक्षेत आहेत जेव्हा काँग्रेसी आंदोलनातून अहिंसेची ही सनक समाप्त होईल आणि ते क्रांतीकारकांच्या खांद्याला खांदा देऊन पूर्ण स्वातंत्र्याच्या सामूहिक उद्देशाच्या दिशेने जातील. या वर्षी काँग्रेसने हा सिद्धांत स्वीकारला आहे, जे क्रांतीकारी गेल्या २५ वर्षापासून सांगत आहेत. आपण आशा करावी की पुढील वर्षी ते स्वातंत्र्य प्राप्तीच्या पद्धतीचे देखील समर्थन करतील.

गांधीजी असे सांगतात की ज्या ज्या वेळी हिंसेचा उपयोग करण्यात आला आहे, त्या त्या वेळी सैनिकांवरचा खर्च वाढला आहे. त्यांच्या बोलण्याचा अर्थ क्रांतीकारकांच्या मागील २५ वर्षाचा कार्यक्रम असेल तर त्यांनी त्यांचे विधान सत्य आणि आकडेवारीसहीत सिद्ध करावेत. उलट आम्ही तर असे म्हणत आहोत की त्यांच्या अहिंसा आणि सत्याग्रहाचा परिणाम, ज्याची तुलना स्वातंत्र्य आंदोलनासोबत केल्या जाऊ शकत नाही, नोकरशाही अर्थव्यवस्थेवर झाला आहे. आंदोलने मग ती हिंसात्मक असोत

किंवा अहिंसात्मक, यशस्वी असोत किंवा अयशस्वी, परिणाम तर भारताच्या अर्थव्यवस्थेवरच झाला आहे. आमच्या लक्षात येत नाही की सरकारने देशात ज्या सुधारणा केल्या आहेत, गांधीजी आम्हाला त्यात का सहभागी करून घेत आहेत. त्यांनी मार्लेमिटों रिफॉर्म, मॉटेंग्यू रिफॉर्म किंवा इतर अशाच सुधारणांची त्यांनी कधी पर्वा केली नाही आणि ना त्याच्यासाठी आंदोलन केले. ब्रिटिश सरकारने हे तुकडे सुधारणेसाठी आंदोलन करणाऱ्यांच्या पुढे फेकले होते. ज्यामुळे ते योग्य मार्गावर चालणार नाहीत. ब्रिटिश सरकारने त्यांना ही लालूच दिली होती, ज्यामुळे क्रांतीकारकांना नष्ट करण्याचे सरकारचे जे धोरण आहे, त्याला सहकार्य करतील. गांधीजी जसे त्यांना सांगतात की भारतासाठी ते खेळण्यासारखे आहेत, त्या लोकांच्या करमणुकीसाठी ते वेळोवेळी होमरूल, स्वयशासन, जबाबदार सरकार, पूर्ण जबाबदार सरकार, गुंतवणूक करणारे स्वराज्य सारख्या अनेक सुधारणावादी योजना ज्या गुलामीच्या आहेत, मागणी करतात. क्रांतीकारचा उद्देश तर शासन सुधारण असा नाही, त्यांनी तर स्वातंत्र्याची पातळी कधीच उंचावली आहे आणि ते त्याच उद्देशासाठी कसलाही संकोच न बाळगता बलिदान करीत आहेत. त्यांचा दावा आहे की त्यांच्या बलिदानाने जनतेच्या विचारधारेत प्रंचड परिवर्तन आले आहे. त्यांच्या प्रयत्नाने ते देशाला स्वातंत्र्याच्या मार्गावरून पुढे घेऊन गेले आहेत आणि ही गोष्ट त्यांच्यासोबत राजकीय मतभेद असणारे देखील मान्य करतात.

गांधीजी म्हणतात की हिंसेने प्रगतीचा मार्ग बंद पडतो आणि स्वातंत्र्य प्राप्तीत अडथळा निर्माण होतो, तर आपण या विषयी अनेक उदाहरणे देऊ शकतो, ज्यात ज्या देशाने हिंसा केली आणि त्यांची सामाजिक प्रगती होऊन त्यांना राजकीय स्वातंत्र्य प्राप्त झाले. रशिया आणि तुर्कस्थानचेच उदाहरण घ्या. त्यांनी हिंसेचा वापर करूनच सशस्त्र क्रांती केली आणि सत्ता प्राप्त केली. त्यानतरच सामजिक सुधारणा झाल्यामुळेच त्या देशातील लोकांनी तीव्र गतीने प्रगती केली. अफगाणिस्थानचे उदाहरण यासाठी देता येत नाही. हा अपवाद आहे.

गांधीजांना वाटते की असहकार आंदोलनाच्या वेळी जी जनजागृती झाली होती, ती अहिंसेचा उपदेश याचा परिणाम म्हणून झाली होती आणि याचे श्रेय अहिंसेला देणे तसेही चुकच आहे, कारण जिथे कुठे जनजागृती झालेली आहे, ती थेट आंदोलनामुळेच झालेली आहे. उदा. रशियात शक्तीशाली जनआंदोलनामुळेच त्या ठिकाणच्या शेतकऱ्यात आणि कामगारांत जागृती आलेली आहे. तिथे तर कोणी अहिंसेची शिकवण दिली

नव्हती. उलट आम्ही तर असे म्हणू की अहिंसा तसेच गांधीजीचे तडजोड धोरण यामुळेच त्यांच्यात फूट पडली, जे सामूहिक घोषणाबाजीने एक झाले होते. असे प्रतिपादन केले जाऊ शकते, पण या विषयी थोडक्यात असे सांगितले जाऊ शकते की हा वेगळा विचार आहे, ज्याचा आता विचार करता येणार नाही.

दक्षिण अफ्रिकेत भारतीयांचे जे योग्य असे अधिकार मागितले जात होते, ते मागताना अहिंसेचे शस्त्र उपयोगात आले नाही. ते भारताला स्वातंत्र्य देण्यातही अपयशी ठरले. राष्ट्रीय काँग्रेस स्वयंसेवकांची एक मोठी सेना त्यासाठी प्रयत्न करीत राहिली तसेच त्यावर सव्वा करोड रूपये देखील खर्च करण्यात आले. अलिकडेच बारडोली सत्याग्रहात याचे अपयश सिद्ध झाले आहे. याप्रसंगी सत्याग्रहाचे नेते गांधी-पटेलने बारडोलीच्या शेतकऱ्यांना जे कमीत कमी अधिकार देण्याचे आश्वासन दिले होते, ते पण नाही देऊ शकले. याशिवाय दुसऱ्या देशव्यापी आंदोलनाबद्दल आम्हाला माहीती नाही. आतापर्यंत या अहिंसेला एकच आर्शीवाद मिळाला तो म्हणजे अपयशाचा. अशा परिस्थितीत हे आश्चर्य नाही की देशाने असा प्रयोग करण्यास नकार दिला. वास्तवात गांधीजी ज्याप्रकारे सत्यागहाचा प्रचार करतात, ते एक प्रकारचे आंदोलन असते, एक विरोध आहे ज्याचा स्वभाविक परिणाम तडजोडीत होतो, जसा तो प्रत्यक्षात पहाण्यात आला आहे. म्हणून जितक्या लवकर आपण समजून घेऊ की स्वातंत्र्य आणि गुलामीत कसलीही तडजोड होऊ शकत नाही, तितके चांगले आहे. गांधीजी विचार करतात की आपण नव्या युगात प्रवेश करीत आहोत. परंतु कॉग्रसने वाक्यात फेरफार करून अर्थात स्वराज्याला पूर्ण स्वातंत्र्य म्हटल्याने नवे युग प्रारंभ नाही होत. तो दिवस वास्तवात महान दिवस ठरेल ज्यावेळी काँग्रेस देशव्यापी आंदोलन प्रारंभ करण्याचा निर्णय घेईल, ज्यात सर्वमान्य क्रांतीकारी सिद्धांत असतील. अशावेळापर्यंत स्वातंत्र्याचा झेंडा फडकावणे हास्यास्पद ठरेल. या विषयात आम्ही सरलादेवी चौधरानीचे त्या विचाराशी सहमत आहोत, जो त्यांनी एक पत्र-संवाददाताला भेट देताना केले होते. त्यांनी म्हटले, ३१ डिसेंबर, १९२९ च्या मध्यरात्रीच्या ठीक एक मिनीटानंतर स्वातंत्र्याचा झेंडा फडकावणे एक विचित्र घटना आहे. त्यावेळी जी. ओ. सी., असिस्टेंट जी. ओ. तसेच इतर लोक या गोष्टीला चांगलं समजून होते की स्वातंत्र्याचा झेंडा फडकाविण्याचा निर्णय मध्यरात्री पर्यंत मध्येच लटकला आहे, कारण व्हाइसराय किंवा सेक्रेटरी ऑफ द स्टेटचा कॉंग्रेसला हा संदेश मिळतो की भारताला स्वराज्य देऊन टाकण्यात यावे. तर रात्री ११ वाजून ५९ मिनीटाला देखील स्थितीत परिवर्तन होऊ

शकत होते. यावरून स्पष्ट आहे की पूर्ण स्वातंत्र्य प्राप्तीचे ध्येय नेत्यांची मनापासूनची इच्छा नव्हती. तर तो एक बालहट्टाप्रमाणे होता. भारतीय राष्ट्रीय कॉंग्रेससाठी हेच योग्य होतं की तिने आधी स्वातंत्र्य प्राप्त करावे आणि ते जाहीर करावे. हे खरे आहे की संपूर्ण स्वराज्याऐवेजी कॉंग्रेसचे नेते जनतेसमोर पूर्ण स्वातंत्र्याचा ढोल वाजवतील. ते आता जनतेला म्हणतील की जनेतेने आता संघर्षासाठी तयार असायला हवे ज्यात एक पक्ष मारल्या सारखे करील आणि दुसरा रडल्यासारखे करील. जोपर्यंत तो खूप मारल्या जाऊन त्याला उठणे शक्य होणार नाही. काय याला संघर्ष म्हणता येईल ? यामुळे देशाला स्वातंत्र्य मिळेल ? कोणत्याही राष्ट्रासाठी सर्वोच्च उद्देश समोर ठेवणे महत्त्वाचे असते. परंतु सोबतच हे पण आवश्यक आहे की या उद्देशापर्यंत पोहचण्यासाठी साधनांचा उपयोग केला जावा जो योग्य असावा आणि जो आधी उपयोगात आणला असावा, नाहीतर जगासमोर आपण हास्यास्पद ठरण्याची शक्यता आहे.

गांधीजीने सर्व विचारवंत लोकांना सांगून ठेवले आहे की क्रांतीकारी लोकांना सहकार्य करणे बंद करा तसेच त्यांच्या कामावर टीका करा. ज्यामुळे आपल्या अशाप्रकारच्या उपेक्षित देशभक्तांच्या हिंसात्मक कार्यांमुळे जे नुकसान झाले आहे, ते समजू शकतील. लोकांना उपेक्षित तसेच जुणे दाव्यांचे समर्थक म्हणणे जितके सोपे आहे, त्याप्रमाणे त्यांच्यावर टीका करून जनतेकडे सहकार्य करू नका म्हणून सांगणे, ज्यामुळे ते वेगळे पडतील आणि कार्यक्रम बंद करतील, हे सगळं करणं त्या व्यक्तीसाठी सोपे असेल जो की जनतेच्या काही प्रभावशाली व्यक्तींचा विश्वासपात्र असेल. गांधीजीने जीवनभर लोकजीवनाचा अनुभव घेतला आहे, परंतु दुर्देवाची गोष्ट आहे की त्यांना क्रांतीकारकांचे मन कधी समजले नाही आणि समूजन घेण्याची त्यांची इच्छा पण नाही. हा सिद्धांत अमूल्य आहे, जो प्रत्येक क्रांतीकारकाला प्रिय आहे. जो व्यक्ती क्रांतीकारी बनतो, जेव्हा तो त्याचा प्राण तळहातावर घेऊन कोणत्याही क्षणी आत्मबलिदानासाठी तयार असतो, तर ते केवळ खेळ म्हणून नसते. तो त्याग, बलिदान यामुळे देखील करीत नाही, जेव्हा जनता त्यांच्यासोबत सहानुभूती दाखविण्याच्या स्थितीत असेल, त्यावेळी जनतेने त्यांचा जयजयकार करावा. ते या मार्गाचा यामुळे अवलंब करतो की त्याचा विवेक त्याला तसे करण्यास सांगतो, त्याचा आत्मा तसे करण्यास प्रेरणा देतो.

एक क्रांतीकारी सर्वांत अधिक तर्कावर विश्वास ठेवतो. तो केवळ तर्क आणि तर्कावरच विश्वास ठेवतो. कोणत्याही प्रकारची टीका किंवा निंदा, मग ती मोठ्या पातळीवरून केलेली का असेना, त्याला ते आपल्या निश्चित उद्देश प्राप्तीपासून वंचित

नाही करू शकत. असा विचार करणे की जर जनतेचे सहकार्य मिळाले नाही किंवा त्याच्या कार्याचे कौतूक नाही केले तर तो त्याचा मार्ग सोडून देईन, निव्वळ मूर्खपणा आहे. अनेक क्रांतीकारी, ज्यांच्या कार्याची सनदशीर आंदोलकांनी घोर निंदा केली आहे, त्याची पर्वा न करता ते फासावर गेले. जर तुमचे असे मत असेल की क्रांतीकारकांनी त्यांचं काम थांबवावं, तर त्यांना ती बाब तर्काच्या कसोटीवर समजावू सांगण्यात यावी. हा एकमेव असा मार्ग आहे, इतर विषयी कोणाचा गैरसमज नसावा. क्रांतीकारी असे कोणाच्या धमकीला भीक घालणारे नाहीत.

आम्ही प्रत्येक देशभक्ताला विनंती करीत आहोत की त्यांनी आमच्यासोबत गंभीरपणे या युद्धात सहभागी व्हावे. कोणीही अहिंसा सारख्या विचित्र अशा मानसिक पद्धतीची देशाच्या स्वातंत्र्यासोबत चेष्टा करू नये. स्वातंत्र्य देशाचा प्राण आहे. आपली गुलामी आपल्यासाठी लज्जास्पद आहे. माहीत नाही आम्हाला कधी ही अक्कल येईल की आम्ही यातून मुक्त होऊ आणि स्वातंत्र्य प्राप्त करू. आपली प्राचीन संस्कृती आणि गौरव याचा काय फायदा, आपल्यात जर हा स्वाभीमान नसेल की आपण विदेशी झेंडे आणि बादशहाच्या समोर मान खाली घालणे सोडणार नाही.

काय हा गुन्हा नाही की ब्रिटनने भारतात अनैतिक सरकार चालवले ? आपल्याला भिकारी बनवले, आपले शोषण केले. काय जनतेला अद्यापही असेच वाटते की हा अपमान तसाच विसरून आपण ब्रिटिशाला माफ करावे. आम्ही बदला घेऊ, जो जनतेने शासकांचा घेतला, तो न्याय असेल. घाबरटांना पाठ दाखवत तडजोड आणि शांतीची आशा बाळगत चिकटून राहू द्या. आम्ही कोणाकडेही दयेची याचना करीत नाहीत आणि आम्ही पण कोणाला माफ नाही करणार. आमचे युद्ध विजय किंवा मृत्यूपर्यंत चालत राहील. क्रांती अमर राहो !

-करतार सिंह
प्रेसिडेंट

●

१६
क्रांतीची तलवार विचाराच्या धारेवर तेज होते
(जानेवारी, १९३०)

असेम्बली बॉम्ब कांडावर हे अपिल भगतसिंहाने जानेवारी १९३० मध्ये हाईकोर्ट मध्ये दिले होते. याच अपिलामध्ये त्यांचे प्रसिद्ध वाक्य होते, पिस्तोल आणि बॉम्ब क्रांती करीत नाहीत, तर क्रांतीची धार विचाराच्या तुकड्यावर तेज होते आणि ही बाब होती, जी आम्ही स्पष्ट करू इच्छित होतो.

माई लॉर्ड, मी ना वकील आहे, ना इंग्रजीचा जाणकार आणि ना माझ्याकडे डिग्री आहे. म्हणून माझ्याकडून शानदार भाषणाची अपेक्षा करू नका. माझी विनंती आहे की माझ्या बोलण्यातील भाषेच्या त्रुटीकडे लक्ष न देता, त्याचा वास्तवीक अर्थ समजून घेण्याचा प्रयत्न करावा. इतर तमाम मुद्यांना माझ्या वकीलावर सोडून मी स्वतः एका मुद्यावर माझे विचार मांडतो. हा मुद्दा या खटल्याच्या संदर्भात महत्त्वाचा आहे. मुद्दा असा आहे की आमचा हेतू काय होता आणि आम्ही किती प्रमाणात गुन्हेगार आहोत.

विचार करण्यासारखे हे आहे की असेम्बलीत आम्ही जे बॉम्ब फेकले, त्यामुळे कोणत्याही व्यक्तीला शारीरिक अथवा आर्थिक नुकसान झाले नाही. या दृष्टीने पाहिल्यास आम्हाला जी शिक्षा देण्यात आली आहे ती बदला घेण्याच्या हेतूने देण्यात आली आहे. या दृष्टीने पाहिल्यास पक्षकारांच्या मानसिकतेचा विचार न केल्यास, कोणासोबतही न्याय होऊ शकत नाही. कारण उद्देश डोळयासमोर ठेवला नाही तर मोठे सेनापती देखील सामान्य हत्यारे वाटतील. सरकारी कर वसूल करणारे अधिकारी चोर, कारस्थानी दिसून येतील आणि न्यायाधिशावर देखील कत्तल केल्याचा आरोप

लागेल. अशाप्रकारे सामाजिक व्यवस्था आणि संस्कृती खून खराबा, चोरी आणि कारस्थान बनेल. जर उद्देशाची उपेक्षा केली, तर एखाद्या सरकारला काय अधिकार आहे समाजातील व्यक्तीला न्याय करण्याचे सांगण्याचा ? उद्देशाची उपेक्षा करण्यात आली, तर प्रत्येक धर्म प्रचारक खोट्याचा प्रचारक दिसेल आणि प्रत्येक पैगंबरावर आरोप सिद्ध होईल की त्याने करोडो भोळया आणि अनोळखी लोकांना मार्गभ्रष्ट केले. जर उद्देश विसरल्या गेला, तर हजतर ईसा मसीहा गोंधळ करणारे, शांतीभंग करणारे आणि विद्रोहाचा प्रचार करणारे दिसतील आणि कायद्याच्या शब्दात ते खतरनाक व्यक्ती असतील, जर असे आहे, तर समजावे लागेल की माणुसकीचा बळी, शहीदांचा प्रयत्न, सगळं वाया जाणारे आहे आणि आज देखील आम्ही त्या ठिकाणी उभे आहोत, जिथे आजपासून वीस शतकापुर्वी होते. कायद्याच्या दृष्टीने उद्देशाचा खास प्रश्न महत्त्वाचा ठरतो.

माई लॉर्ड, अशा आवस्थेत मला असे बोलण्याची परवानगी द्या की जे सरकार या हरामखोर कारवायात आश्रय शोधते, जे सरकार व्यक्तीचा नैसर्गीक अधिकार हिसकावून घेते, त्याला जिवंत रहाण्याचा अधिकार नाही आणि हे जर कायम आहे, तर नैतिक तत्त्वावर हजारो निरपराधांचे खून सरकारच्या माथी आहे. जर कायदा उद्देश पहात नसेल, तर न्याय होऊ शकत नाही आणि शांतता निर्माण होऊ शकत नाही. पिठात जहर मिक्स करणे चुकीचे नाही, जर उंदीराना मारणे उद्देश असेल. परंतु व्यक्तीला मारण्यासाठी असे केले, तर खुनाचा प्रयत्न केला असे होईल. परिणामी अशा कायद्याला, जो युक्तीवर आधारीत नाही आणि न्यायाच्या सिद्धांताच्या विरोधात आहे, ते समाप्त केले पाहिजे. अशाच न्यायविरोधी कायद्यामुळेच मोठे मोठे बौद्धिक लोकांनी विद्रोहाचे काम केले आहे.

आमच्या खटल्याचा उद्देश अगदीच सरळ आहे. ८ एप्रिल, १९२९ रोजी आम्ही सेंट्रल असेम्ब्लीत दोन बॉम्ब फेकले. त्याच्या स्फोटाने काही लोकांना किरकोळ जखमा झाल्या आहेत. चेंबरमध्ये गोंधळ झाला, शेकडो प्रेक्षक आणि सदस्य बोहर आले. काही वेळ शांतता पसरली. आणि आमचे सहकारी बी. के. दत्त शांतपणे प्रेक्षक गॅलरीत बसून राहिले आणि मी स्वतः अटक करून घेतले. मला अटक करण्यात आले. आरोप लावण्यात आला आणि हत्या करण्याचा आरोप ठेवून शिक्षा देण्यात आली.

परंतु बॉम्बने ४-५ व्यक्तींना किरकोळ जखमा झाल्या आणि एक बेंचला किरकोळ नुकसान पोहचले. ज्यांनी हा गुन्हा केला, त्यांनी कसलाही प्रकारचा हस्तक्षेप न करता

स्वतःला अटक करून घेतली. सेशन जजने मान्य केले की जर आम्ही पळून जाण्याचे ठरवले असते तर ते शक्य होते. आम्ही आमचा गुन्हा मान्य केला आहे, आणि आमची बाजू स्पष्ट करण्यासाठी उद्देश स्पष्ट केला. आम्हाला शिक्षेची भीती नाही. परंतु आम्हाला असे वाटत नाही की आम्हाला चुकीचे समजले जवे. आमच्या कुबुलीमधून काही उतारे कापले जावेत, हे वास्तवीक दृष्टीकोणातून नुकसानकारक आहे.

समग्र स्वरूपात आमच्या वक्तव्याचा अभ्यास केल्यावर स्पष्ट होते की आमच्या दृष्टीने देश एका नाजूक आवस्थेतून जात आहे. अशा वेळी मोठ्या स्वरात इशारा देण्याची गरज होती आणि आम्ही ती आमच्या विचारानुसार दिली. शक्य असावे की आम्ही चुकीच्या मार्गावर असू शकतो, आमची विचार करण्याची पद्धती जज महोदयाच्या विचार करण्याच्या पद्धतीपेक्षा वेगळी असे शकते.

परंतु याचा अर्थ असा नाही की आम्ही आमचे विचार व्यक्त करण्याची स्वीकृती नाही दिली जावी आणि चुकीच्या गोष्टी आमच्यासोबत जोडल्या जाव्यात.

इंकलाब जिंदाबाद आणि साम्राज्यवाद मुर्दाबादच्या संबंधात आम्ही जी व्याख्या आमच्या साक्षीत दिली आहे, ती काढून टाकण्यात आली आहे, असे असले तरी तो आमच्या उद्देशाचा खास भाग आहे. इंकलाब जिंदाबादचा आमचा तो अर्थ नव्हता, जो सर्वाथाने चुकीचा समजला जातो. पिस्तोल आणि बॉम्ब इंकलाब आणत नाही, तर इंकलाबच्या तलवारी विचाराच्या तुकड्यावर तेज केली जाते आणि हाच विषय होता, जे आम्ही सांगू इच्छित होतो. आमच्या इंकलाबचा अर्थ भांडवलवादी युद्धाच्या संकटाचा अंत करणे नाही. मुख्य उद्देश आणि तो प्राप्त करण्याची प्रक्रिया समजल्याशिवाय कोणाच्या संदर्भात निर्णय घेणे योग्य नाही. चुकीच्या गोष्टी आमच्यासोबत जोडणे अन्यायकारक आहे.

त्याचा इशारा देणे अति आवश्यक होते. बेचैनी रोज वाढत चालली आहे. योग्य इलाज जर केला नाही, तर आजार बळावण्याची शक्यता आहे. कोणतीही मानवी शक्ती हे थांबवू शकत नाही. आता आम्ही या वादळाची दिशा बदलण्यासाठी ही कार्यवाही केली. आम्ही इतिहासाचे गहन अभ्यासक आहोत. आमचा विश्वास आहे की जर सत्ताधारी शक्तीने योग्यवेळी योग्य कारवाई केली असती, जगातील कोणतेही शक्तीशाली सरकार, विचारांच्या वादळाला रोखता रोखता रक्तबंबाळ वातावरणात बुडाली आहेत.

सत्ताधारी लोक परिस्थितीच्या प्रवाहाला बदलू शकते. आम्ही प्रथम इशारा देऊ इच्छित होतो. जर आम्हाला काही व्यक्तीची हत्या करायची असती, तर आमचा हा

उद्देश यशस्वी झालो नसता. माई लॉर्ड, अशी नियत आणि उद्देशाला समोर ठेवत कारवाई केली आणि या कारवाईचा परिणाम म्हणून आम्ही आमच्या साक्षीचे समर्थन करतो. अणखी एक गोष्ट स्पष्ट करणे गरजेचे आहे. आम्हाला जर बॉम्बचा परिणाम माहित नसता, तर आम्ही पं मोतीलाल नेहरू, श्री. केळकर, श्री जयकर आणि श्री जिन्ना सारखे सन्माननीय राष्ट्रीय व्यक्तिच्या हजेरीत बॉम्ब का फेकले असते ? आणि जर वेडे असतो, तर जेलमध्ये ठेवण्याऐवेजी पागलखान्यात ठेवले असते. बॉम्बचा परिणाम आम्हाला माहीत होता. यामुळे आम्ही असे धाडस केले. ज्या बेंचवर लोक बसले होते, त्या बेंचवर बॉम्ब फेकणे सोपे काम होते. रिकाम्या जागेत बॉम्ब फेकणे उलट कठीण काम होते. बॉम्ब फेकणारे माथेफिरू असते किंवा परेशान असते, तर बॉम्ब रिकाम्या जागेऐवेजी बेंचवर पडले असते. म्हणून मी म्हणतो की रिकाम्या जागेवर बॉम्ब फेकण्याचे धाडस आम्ही जे दाखवले, यासाठी आम्हाला बक्षीस मिळायला हवे. अशा स्थितीत, माई लॉर्ड, आम्ही विचार करतो की आम्हाला समजून घेण्यात आले नाही. आमची शिक्षा कमी करा असे संगण्यास आम्ही आलो नाहीत. आमची इच्छा आहे की आमच्यसोबत अयोग्य व्यवहार करू नये किंवा आमच्या संदर्भात योग्य असा सल्ला देण्यात यावा. शिक्षा आमच्यासाठी गौण आहे.

●

१७

लेनिन स्मृती वर्ष समाप्तीवर पत्र
(जानेवारी, १९३०)

२१ जानेवारी, १९३० रोजी लाहोर कटाच्या केसचे सर्व आरोपी कोर्टात लाल रूमाल बांधून हजर झाले. जसेही मॅजिस्ट्रेटने त्यांचे आसन ग्रहण केले त्यांनी समाजवादी क्रांती जिंदाबाद' आणि कम्युनिस्ट इंटरनॅशनल जिंदाबाद' 'जनता जिंदाबाद' लेनिन अमर रहे' आणि साम्राज्यवाद मुर्दाबादच्या घोषणा दिल्या. त्यानंतर भगतसिंहाने कोर्टात तारेचा मजकूर वाचला आणि मॅजिस्ट्रेटला तिसऱ्या इंटरनॅशनलला पाठवण्याची विनंती केली.

'लेनिन दिवस' या प्रसंगी आम्ही त्या सर्वांना हार्दिक अभिनंदन पाठवत आहोत जे महान लेनिनच्या आदर्शाला पुढे घेऊन जाण्यासाठी काहीही करीत आहेत. आम्ही रशियाच्या वतीने करण्यात येणारे महान प्रयोग यशस्वी व्हावेत अशी इच्छा व्यक्त करीत आहोत. सर्वहारा विजयी होईल. भांडवलवाद पराभूत होईल. साम्राज्यवाद नष्ट होईल.

●

१८

पिताजीच्या नावाने पत्र

(ऑक्टोबर, १९३०)

३० सप्टेंबर, १९३० रोजी भगतसिंहाचे वडील सरदार किशनसिंहाने ट्रिब्यूनलला एक अर्ज देऊन बचावाची बाजू घेण्यासाठी वेळ मागितला. सरदार किशसनसिंह स्वतः देशभक्त होते आणि राष्ट्रीय आंदोलनात जेलमध्ये जात राहिले. त्यांना आणि काही देशभक्तांना वाटत होते की कदाचित बचावाची बाजू घेऊन भगतसिंहाची फासी टळू शकते. परंतु भगतसिंह आणि त्यांचे सहकारी अगदीच वेगळ्या धोरणानुसार चालले होते आणि न्याय केवळ भ्रम आहे. कोणत्याही पद्धतीने त्यांना शिक्षा देण्यापासून रोखल्या जाऊ शकत नाही. त्यांना वाटत होते की जर या प्रकरणी कमजोरी दाखण्यात आली तर जनतेत चेतना अंकुरीत झालेले क्रांतीचे बीज-स्थिर रहाणार नाहीत. पित्याने केलेल्या अर्जामुळे भगतसिंहाला देखील दुःख झाले. परंतु आपल्या भावनेवर नियंत्रण ठेवून आपल्या सिद्धांतावर जोर देत, त्यांनी ४ ऑक्टोबर, १९३० रोजी हे पत्र लिहिले जे त्यांच्या वडीलांना उशीरा मिळाले. ७ ऑक्टोबर, १९३० रोजी खटल्याचा निकाल जाहीर करण्यात आला.

४ ऑक्टोबर, १९३०

प्रिय पिताजी,

हे ऐकून मला दुःख्रा झाले की आपण माझ्या बचावासाठी थेट स्पेशल ट्रिब्यूनलला एक अर्ज पाठवला आहे. हा प्रयत्न इतका वेदनादायी होता की तो मी शांतपणे सहन नाही करू शकलो. या प्रयत्नाने माझी शांतता भंग झाली. मी हे समजू शकत नाही की या काळात आणि या विषयी आपण आणखी किती अर्ज करणार आहात ?

आपला पुत्र असल्यामुळे आपली भावना आणि इच्छांचा पूर्ण सन्मान करतो परंतु असे असतानाही आपण माझ्यासोबत चर्चा न करता असा अर्ज करायला नको होता. आपणास माहित आहे की आपल्या आणि माझ्या विचारात राजकीय दृष्ट्या खूप फरक आहे. मी आपली परवानगी घेता किंवा न घेता स्वतंत्रपणे काम करीत आलो आहे.

मला विश्वास आहे की आपण एका धोरणानुसार खटला चालवत आहोत. माझे प्रत्येक पाऊल या धोरणानुसार, माझा सिद्धांत आणि आमच्या कार्यक्रमानुसार असायला हवा. आज परिस्थिती अगदीच वेगळी आहे. परंतु परिस्थिती यापेक्षा जरी वेगळी असती तरी मी शेवटचा व्यक्ती असतो ज्याने बचावाची बाजू घेतली असती. या पूर्ण खटल्यात माझ्यासमोर एकच विचार होता आणि तो म्हणजे आमच्या विरोधात जो काही गंभीर आरोप लावण्यात आले आहेत, ते सोडले तर या संदर्भात अवहेलना करावी. माझा दृष्टीकोण असा राहिलेला आहे की सर्व राजकीय कार्यकर्त्यांनी अशा स्थितीत उपेक्षा दर्शवली पाहिजे आणि त्यांना जी काही कठोर शिक्षा दिल्या जाईल, ती त्यांनी हसत हसत स्वीकारली पाहिजे. पूर्ण खटल्याच्या दरम्यान आमची योजना या सिद्धांतानुसार आहे. आम्ही असे करण्यात यशस्वी ठरलो किंवा नाही, हे ठरवणे माझे काम नाही. आम्ही गर्विष्ठपणा सोडून हे काम करीत आहोत.

व्हाइसरायने लाहोर कट खटल्यात ऑर्डिनन्स पाठवत सोबत जे विधान केले होते, त्यात त्यांनी म्हटले होते की कटाचे आरोपी शांतता भंग करण्याचा प्रयत्न करीत आहेत. यामुळे जी परिस्थिती निर्माण झाली आहे तिने आम्हाला ही संधी दिली की आम्ही जनतेच्या समोर ही गोष्ट सांगावी की त्यांनी स्वतः पहावे की शांतता भंग करण्याचा प्रयत्न आम्ही करीत आहोत की आमचे विरोधक ? याबद्दल मतभेद होऊ शकतात. आपण देखील मतभेद असणाऱ्यांपैकी एक असू शकता, परंतु याचा अर्थ असा नाही की मला न विचारता आपण माझ्या वतीने अर्ज करावा. माझे जीवन आपण समजता तितके किमती नाही, जे सिद्धांताला बळी देऊन वाचवले पाहिजे. माझे आणखी सहकारी आहेत, त्यांच्यावरील आरोप तितकेच गंभीर आहेत, जितका की माझा. आम्ही एक संयुक्त कार्यक्रम तयार केला आहे आणि या योजनेवर आम्ही शेवटपर्यंत कायम राहू.

आम्हाला याची काही पर्वा नाही की आम्हाला व्यक्तिगत स्वरूपात यासाठी कितीही किंमत द्यावी लागली तरी चालेल.

पिताजी मला फार वाईट वाटत आहे. मला भीती वाटत आहे, आपल्यावर दोषारोप ठेवताना किंवा यापेक्षा आपल्या कामावर टीका करताना की मी आपला सन्मान विसरून जाऊ नये आणि माझे शब्द यापेक्षा अधिक कठोर होणार नाहीत. परंतु स्पष्ट शब्दात मी माझे म्हणणे स्पष्ट करील. दुसरा एखादा व्यक्ती माझ्यासोबत असा वागला असाता, तर मी त्याला गद्दारी असे नाव दिले असते. परंतु आपल्या संदर्भात इतकेच म्हणेल की ही कमजोरी आहे-खालच्या पातळीवरील कमजोरी.

ही एक अशी वेळ होती, ज्या काळात माझी परीक्षा घेतल्या जात होती. मला असे म्हणायचे आहे की आपण या परीक्षेत नापास झालेले आहात. मला माहित आहे की आपण देखील इतराप्रमाणेच देशभक्त आहात. मला माहित आहे की आपण आपले संपूर्ण जीवन देशाच्या स्वातंत्र्यासाठी घालवले आहे. परंतु अशा महत्त्वाच्या प्रसंगी ही कमजोरी का दाखवली हे मला समजले नाही.

शेवटी मी आपणास, आपल्या इतर मित्रांना तसेच खटल्यात रस असणाऱ्यांना इतकेच सांगेन की मी आपल्या या प्रयत्नामुळे नाराज आहे. मी आजही कोर्टात माझा बचाव करण्याच्या बाजूचा नाही. कोर्टाने जर काही सहकार्यांने सादर केलेल्या अर्जाला मंजूरी देण्यात आली, तरी पण कोणतेही स्पष्टीकरण देणार नाही.

बोस्टल जेलमधील बंदी असणारे माझे सहकारी माझा हा प्रयत्न म्हणजे मी केलेली गद्दारी आणि विश्वासघात समजत असतील. मला त्यांच्यासमोर माझे मत मांडण्याची संधी देखील मिळणार नाही.

मला असे वाटते की या संदर्भात जो काही गोंधळ निर्माण झाला आहे, त्यासंदर्भात जनतेला वास्तव समजावे. म्हणून मी आपणास विनंती करतो की आपण लवकरात लवकर ते पत्र प्रकाशित करावे.

आपला आज्ञाधारक

भगतसिंह

●

१९

क्रांतीकारी कार्यक्रमाचा मसुदा

(फेब्रुवारी, १९३१)

तरूण कार्यकर्त्यांच्या नावाने पत्र' या शीर्षकासोबत मिळालेल्या या दस्तऐवजाचे अनेक स्वरूप आणि हिंदी अनुवाद उपलब्ध आहे. हा त्याच्या संपूर्ण स्वरूपाचा इंग्रजी अुनवाद आहे. 'जातीच्या नावाने संदेश' या नावाने याचे थोडक्यात देखील संकलन उपलब्ध आहे. लाहोरच्या पिपल्समध्ये २९ जुलै, १९३१ आणि इलहाबादच्या अभ्युदयात ८ मे १९३१ च्या अंकात याचे काही भाग प्रकाशित झाले होते. हा दस्ताऐवज इंग्रजी सरकारचे गुप्त पुस्तक 'बंगालमध्ये संयुक्त मोर्चा आंदोलन' या प्रगती पुस्तकात उपलब्ध झाले, ज्याचा लेखक एक सी. आई. डी अधिकारी सी. ई. एस. फेअरवेदर होता आणि ज्याने ते १९३६ मध्ये लिहिले होते. त्यांच्यानुसार हा लेख भगतसिंहाने लिहिला होता आणि ३ ऑक्टोबर १९३१ रोजी श्रीमती विमला प्रभादेवीच्या घराची झडती घेताना जप्त करण्यात आला. हे पत्र/लेख भगतसिंहाने फांसावर जाण्याआधी दिड दोन महिने आधी, शक्यतो, २ फेब्रुवारी १९३१ रोजी जेलमधून लिहिले होते.

तरूण राजकीय कार्यकर्त्यांच्या नावाने पत्र

प्रिय मित्रांनो,

यावेळी आपले आंदोलन अत्यंत महत्त्वपूर्ण काळातून जात आहे. एक वर्षाच्या कठोर मेहनतीनंतर गोलमेज परिषदने आपल्या समोर, संविधानीक सुधारणा-संबंधी काही निश्चित बाबी प्रस्तुत केले आहेत आणि कॉंग्रेसच्या नेत्यांना सांगण्यात आले

आहे की वर्तमान परिस्थितीत आपले आंदोलन परत घेऊन मदत करावी. या गोष्टीचे आपल्यासाठी काही महत्त्व नाही की ते आंदोलन समाप्त करण्याचा निर्णय घेतात किंवा नाही. हे तर निश्चित आहे की वर्तमान आंदोलनाचा अंत कोणती ना कोणती तडजोड करून होईल. ही बाब वेगळी आहे की तडजोड लवकर होते की उशीरा. वास्तवात तडजोड एखादी घटिया किंवा घृणीत वस्तू नाही आहे, जसे की अनेकदा समजले जाते. राजकीय संघर्षाचा हा एक गरजेचा डावपेच आहे. कोणतेही राष्ट्र जे अत्याचारी शासकाच्या विरोधात उभे रहाते, सुरूवातीला निश्चितच अपयशी ठरते. संघर्षाच्या दरम्यान तडजोडीद्वारा काही कमी जास्त सुधारणा पदरात पाडून घेतल्या जातात आणि केवळ अंतिम काळातच-ज्यावेळी सर्व शक्ती आणि साधनं संघटीत होतात, शासक वर्गाला नष्ट करण्यासाठी शेवटी जोरदार हल्ला केल्या जाऊ शकतो. परंतु हे पण शक्य आहे की त्यावेळी देखील अपयश आल्यास आणि कसली तडजोड करणे गरजेचे होईल. रशियाच्या उदाहरणावरून हे स्पष्ट होऊ शकतं.

१९०५ मध्ये ज्यावेळी रशियात क्रांतीकारी आंदोलन सुरू झाले, त्यावेळी राजकीय नेत्यांना मोठी आशा होती. लेनिन त्यावेळी विदेशात आश्रय घेऊन होते, परत आले होते आणि संघर्षाचे नेतृत्त्व करीत होते. लोक त्यांना हे सांगायला भेटत असत की शेकडो जागीरदार मारल्या गेले आहेत आणि वीस महाल जाळण्यात आले आहेत. लेनिने उत्तर दिले की परत जा १२०० जागीरदारांना मारा आणि तितकेच महाल जाळून टाका. कारण अपयशी ठरलोत तरी त्याला काही अर्थ असेल. ड्यूमा (रशियन संसद) ची स्थापना झाली. आता लेनिनने ड्यूमात सहभागी होण्याची वकीली केली. ही १९०७ ची गोष्ट आहे, ज्यावेळी १९०६ मध्ये पहिली ड्यूमामध्ये सहभागी होण्याच्या विरोधात होते. असे असले तरी त्या ड्यूमात भाग घेण्याची संधी अधिक होती आणि या ड्यूमाचे अधिकार अत्यंत मर्यादीत करण्यात आले होते. तो निर्णय बदललेल्या परिस्थितीमुळे होता. आता प्रतिक्रियावादी शक्ती फार वाढल्या होत्या आणि लेनिन ड्यूमाच्या मंचला समाजवादी विचारावर चर्चा करण्यासाठी वापरू इच्छित होते.

पुन्हा १९१७ च्या क्रांतीनंतर ज्यावेळी बोल्शवीक ब्रेश्त-लितोव्हस्क करारावर सही करण्यासाठी विवश झाले, त्यावेळी केवळ लेनिनने विरोध केला. परंतु लेनिनने म्हटले, शांती, शांती आणि पुन्हा शांती ! कोणत्याही परिस्थितीत क्रांती पाहिजे." जेव्हा काही बोल्शवीक-विरोधकांनी या करारासाठी लेनिनवर टीका केली, त्यावेळी

त्यांनी स्पष्ट केले की बोल्शवीक जर्मन हल्ल्याला तोंड देण्याच्या क्षमतेचे नाहीत. म्हणून संपूर्ण विनाश ऐवेजी कराराला महत्त्व देण्यात आले आहे." जे मी स्पष्ट करू इच्छितो, ती ही आहे की तडजोड असे एक आवश्यक हत्यार आहे, ज्याला संघर्षाचा विकास यासोबतच उपयोगात आणावा लागतो, परंतु ज्या गोष्टीचे नेहमी ध्यान ठेवायला पाहिजे, तो आहे आंदोलनाचा उद्देश. ज्या शब्दाच्या प्राप्तीसाठी आम्ही संघर्ष करीत आहोत, त्यासाठी आपण स्पष्ट असायला हवे. या गोष्टीवरून आपल्या आंदोलनाची उपलब्धता, यश व अपयश हे तपासून पहाण्यास मदत मिळते आणि पुढील कार्यक्रम तयार करणे देखील. टिळकाचे धोरण-त्यांचा उद्देश वगळून म्हणजे त्यांचे डावपेच फार चांगले होते. तुम्ही तुमच्या शत्रुसोबत संपूर्ण प्राप्त करण्यासाठी लढत आहात. तुम्हाला त्यापैकी थोडे मिळते, ते खिशात टाका आणि उर्वरीतसाठी संघर्ष चालू ठेवा. मवाळ गटात आम्ही ज्या गोष्टींची कमतरता पहातो, ती त्यांच्या आदर्शाची आहे. ते एक पैशासाठी लढत आहेत आणि म्हणून त्यांना काहीच मिळू शकत नाही. क्रांतीकारकांनी एक गोष्ट त्यांच्या मनात ठेवली पाहिजे की ते समग्र परिवर्तन घडवून आणणाऱ्या क्रांतीसाठी लढत आहेत. त्यांना सत्तेची दोर हातात घ्यायची आहेत. तडजोडीत म्हणूनच भीती दिसू लागते. कारण प्रतिक्रियावादी शक्ती तडजोडीनंतर क्रांतीकारी शक्ती समाप्त करण्याच्या प्रयत्नात असते परंतु समजदार आणि धाडसी नेते, आंदोलनाला अशा खड्ड्यात पडण्यापासून वाचवू शकतात. आपल्याला अशावेळी आणि अशा प्रसंगी वास्तवीक मुद्दे आणि खास करून उद्देशासंबंधी काही गडबड नाही झाली पाहिजे. इंग्लडच्या लेबर पार्टीने वास्तवीक संघर्षाला धोका दिला आहे आणि ते (त्याचे नेते) केवळ कुटील साम्राज्यवादी होऊन राहिले आहेत.

माझ्या विचाराने या रंगलेल्या साम्राज्यवादी लेबर नेत्यापासून कट्टर प्रतिक्रियावादी आमच्यासाठी बरे आहेत. डावपेच आणि धोरणासंबंधी लेनिनचे जीवन आणि लेखनावर आपण विचार करायला हवा. तडजोडीच्या प्रकरणी वामपंथी कम्युनिझम' मध्ये त्यांचे स्पष्ट विचार सापडतात.

कॉंग्रेसचा उद्देश काय आहे ?

मी म्हटले की वर्तमान आंदोलन कोणत्या ना तडजोडी किंवा पूर्ण अपयशात समाप्त होतात. मी हे यामुळे म्हटले की काय माझ्या मते यावेळी वास्तवीक क्रांतीकारी शक्ती मैदानात नाहीत ? हा संघर्ष मध्यमवर्गीय दुकानदार आणि मूठभर भांडवलदारांच्या बळावर केल्या जात आहे. हे दोन वर्ग, खास करून भांडवलवादी, त्यांची संपत्ती वाया

घालण्याचा धोका पत्करू शकत नाहीत. वास्तवीक क्रांतीकारी सेना तर गाव आणि कारखान्यात आहे शेतकरी आणि कामगार. परंतु आमचे बुर्जुआ नेत्यात त्यांना सोबत घेण्याची हिंमत नाही, किंवा ते तशी हिंमत करू शकत नाहीत. हे झोपलेले सिंह एकदा का झोपेतून जागी झाले, तर आपल्या नेत्यांची इच्छापूर्ती केल्यावरही थांबणार नाहीत. १९२० मध्ये अहमदाबादच्या कामगारांसोबत आपले प्रथम अनुभवानंतर गांधजीने म्हटले होते, "आम्हाला कामगारांसोबत तडजोड नाही केली पाहिजे." कारखान्यातील कामगारांचा राजकारणासाठी वापर करणे खतरनाक आहे." (मे,१९२१च्या दि टाइम्स) मधून. तेव्हापासून त्यांनी या वर्गाला सोबत घेण्याचा त्रास घेतला नाही. शेतकऱ्यांच्या बाबतीतही असेच आहे. १९२२ च्या बारडोली सत्याग्रह पूर्णपणे स्पष्ट करतो की नेत्याने ज्यावेळी शेतकऱ्यांचा विद्रोह पाहिला, ज्यांना केवळ विदेशी राष्ट्राचा प्रभावातून मुक्ती पाहिजे होती, तसे तर देशी भांडवलदारांच्या जोखडातूनही मुक्त व्हायचे होते, तर किती धोका जाणवला होता. हेच कारण आहे की आपले नेते शेतकऱ्यांसमोर गुढगे टेकण्याऐवेजी इंग्रेजासमोर टेकवतात. पंडीत जवाहरलाल सोडले तर तुम्ही दुसऱ्याचं नाव घेऊ शकता, ज्याने शेतकऱ्यांना कामगारांना संघटीत करण्याचा प्रयत्न केला आहे. नाही ते धोका पत्करू शकत नाही. ही तर त्यांच्यातली उणीव आहे. यामुळे मी म्हणतो की त्यांना संपूर्ण स्वातंत्र्य नको आहे. आर्थिक आणि प्रशासकीय दबाव टाकून थोड्या सुधारणा म्हणजे भारतीय भांडवलदारांसाठी थोड्या आणि पदव्या मिळवतील. म्हणून म्हणतो की या आंदोलनाचे जहाज बुडणारच-कदाचित कोणत्या ना कोणत्या तडजोडी, किंवा अशा काही गोष्टी न करता. नवयुवक कार्यकर्ता, जे पूर्ण जोराने इंकलाब जिंदाबाद' या घोषणा दिल्या जातात. स्वतः पूर्णपणे संघटीत नाहीत आणि आपले आंदोलन पुढे घेऊन जाण्याची क्षमता ठेवत नाही. वास्तवात पंडीत जवाहरलाल नेहरू सोडून आमचे मोठे नेते कसलीही जबाबदारी घेऊ इच्छित नाहीत. हेच कारण आहे की प्रत्येकवेळी गांधीजींच्या समोर विनाअट गुडघे टेकतात. वेगळे विचार असूनही ते पूर्ण जोराने विरोध करीत नाहीत आणि गांधीजीमुळे प्रस्ताव पास केल्या जातो.

अशा परिस्थितीत, क्रांतीसाठी पूर्ण सावधानी ठेवणारे तरूण कार्यकर्त्याला मी इशारा देऊ देऊ इच्छितो की कठीण प्रसंग आला आहे, त्यांनी जागृत रहावे, हिंमत सोडू नये आणि गोंधळात पडू नका. 'महान गांधी' या दोन संघर्षाच्या अनुभवानंतर आपण आजची परिस्थिती व भविष्याच्या कार्यक्रमाच्या संदर्भात मत बनवू शकता.

आता मी अगदीच सोप्या पद्धतीने हा खटला सांगतो. आपण इंकलाबची घोषणा देतो. मी असे समजून चालतो की याचा अर्थ तुम्हाला माहित आहे. असेंब्ली बॉम्ब प्रकरणी देण्यात आलेल्या आमच्या परिभाषेनुसार, इंकलाबचा अर्थ-वर्तमान सामाजिक रचनेत पूर्ण परिवर्तन आणि समाजवादाची स्थापना आहे. या उद्देशासाठी आमचे पहीले पाऊल शक्ती प्राप्त करणे आहे. वास्तवात 'राज्य' म्हणजे सरकारी मशीनरी, शासक वर्गाच्या हातात आपल्या हिताचे रक्षण करणे आणि त्यांना पुढे घेऊन जाणारे यंत्रच आहे. आम्ही यंत्र हिसकावून आपल्या आदर्शाच्या पुर्तीसाठी उपयोगत आणू इच्छित आहोत. आमचा आदर्श-नवीन सामाजिक रचना, म्हणजे मार्क्सवादी पद्धतीची. या उद्देशासाठी आम्ही सरकारी मशीनरीचा उपयोग करू इच्छित आहोत. जनतेला सतत शहाणे करीत रहावे लागणार आहे म्हणजे आपल्या सामाजिक कार्यक्रमाची पुर्ततेसाठी अनुकूल व सुविधाजनक वातावरण तयार केल्या जाऊ शकेल. आम्ही त्यांना संघर्षाच्या दरम्यान चांगले प्रशिक्षण आणि शिक्षण देऊ शकतो.

या संदर्भात स्पष्टता, म्हणजे आमच्या अंतिम उद्देशाला स्पष्टपणे समजून घेतल्यानंतर आम्ही आजच्या परिस्थितीचे विश्लेषण करू शकतो. कोणत्याही स्थितीचे विश्लेषण करताना आम्ही अगदीच न संकोचता, बिनधास्त किंवा व्यावहारीक असायला पाहिजे.

आम्हाला माहित आहे की ज्यावेळी भारत सरकारमध्ये भारतीयांचा सहभाग व्हावा म्हणून हल्ला झाला होता, त्यावेळी मिंटो मार्ले सुधारणा लागू झाल्या, ज्याद्वारे केवळ सल्ला देण्याचा अधिकार असणारी व्हाइसराय-परिषद स्थापन करण्यात आली होती.

विश्वयुद्धाच्या दरम्यान ज्यावेळी भारतीय मदतीची अंत्यत गरज होती, त्यावेळी तर स्वायत्ता शासनवाली सरकारचा वायदा करण्यात आला आणि वर्तमान सुधारणा लागू करण्यात आल्या. असेंब्लीला काही मर्यादीत कायदे तयार करण्याचे अधिकार देण्यात आले, परंतु सारं काही व्हाइसरायच्या इच्छेवर अवलंबून आहे. आता तिच आवस्था आहे.

आता सुधारणा संबंधी विचार होऊ लागला आहे आणि नजिकच्या भविष्यात ते लागू होतील. आता तरूण यांची परीक्षा कशी घेऊ शकतात ? हा एक प्रश्न आहे. मला माहित नाही की जनतेची काँग्रेसचे नेते कसे पारख करतील ? परंतु आम्ही क्रांतीकारी त्यांना खालील कसोटीवर तपासू.

१) कोणत्याही मर्यादेपर्यंत सरकारची जबाबदारी भारतीयांना सोपवली जाते.

२) सरकार चालवण्यासाठी कोणत्या प्रकारचे सरकार बनवले जोते आणि सामान्य जनतेला त्यात सहभागी होण्याची किती संधी मिळते ?

३) भविष्यात काय शक्यता असू शकते आणि ही कामगिरी कशाप्रकारे टिकवून ठेवल्या जाऊ शकते ?

यासाठी कदाचित आणखी स्पष्टीकरणाची गरज आहे. पहिली गोष्ट अशी की आपल्या जनतेच्या प्रतिनीधींना कार्यपालिकेत किती अधिकार आहे आणि जबाबदारी मिळते. आतापर्यंत कार्यपालिकेला लेजिस्लेटिव असेंब्लीसमोर जबाबदार ठरवले नाही. व्हाइसरायजवळ व्हिटोचा अधिकर आहे, ज्याने निवडलेल्या प्रतिनीधींचे सर्व प्रयत्न वाया जातात आणि संपतात.

आम्ही स्वराज्य पार्टीचे आभारी आहोत जिचा प्रयत्न व्हाइसरायने व्हिटोचा वापर निर्लज्जपणे वारंवार केला आणि राष्ट्रीय प्रतिनीधीच्या मर्यादा असलेल्या निर्णयाला पायाखाली चिरडले. ही गोष्ट पूर्णपणे स्पष्ट आहे आणि यावर आणखी चर्चा करण्याची गरज नाही.

या, सर्वप्रथम कार्यकारिणीची स्थापन करण्याच्या पद्धतीवर विचार करू. काय कार्यकारिणीला असेंब्लीचे निवडलेले सदस्य निवडतात किंवा पहिल्याप्रमाणे वरून लादले जातील ? काय ते असेम्बलीला जबाबदार असतील किंवा पहिल्यासारखे असेम्बलीचा अपमान करतील ?

दुसरा विषय असा की त्याकडे आपण प्रौढ मताधिकार म्हणून पाहू शकतो. संपत्ती धारण करण्याचे कलम पूर्णपणे समाप्त करून व्यापक मताधिकार दिले पाहिजेत. प्रत्येक स्त्री-पुरूषाला मताधिकार मिळाला पाहिजे. आता केवळ इतकेच पहाणे बाकी आहे की मताधिकार कितीप्रमाणात दिले जाते.

जितका व्यवस्थेचा प्रश्न आहे, आता दोन सभाग्रहाचे सरकार आहे. माझ्या विचाराने वरचे सभाग्रह बुर्जुआ भ्रमजाळ आहे किंवा गैरसमजाशिवाय दुसरे काही नाही. माझ्या मते इतकीच आशा केल्या जाऊ शकते, एक सभागृह असणारे ठीक आहे.

इथे मी प्रादेशिक स्वातंत्र्याच्या संदर्भात काही सांगू इच्छितो, जे काही मी ऐकले आहे, त्याच्या आधारावर मी असे सांगू शकतो की लादलेला गव्हर्नर, ज्याच्याकडे असेम्बलीपेक्षा वरचे अधिकार असतील, हुकूमशहापेक्षा कमी नसेल. याला आपण

प्रादेशिक स्वातंत्र्य न म्हणता प्रादशिक अत्याचार असे म्हणूयात. राज्याच्या संस्थांचे हे विचित्र लोकतांत्रीकरण आहे.

तिसरी गोष्ट अगदीच स्पष्ट आहे. मागच्या दोन वर्षापासून इंग्रज राजकारण तो वायदा संपवू लागले आहेत, ज्याला मॉटेग्यूने असे सांगितले होते की जोपर्यंत इंग्रज खजिन्यात दम आहे, प्रत्येक दहा वर्षाने आणखी सुधारण केल्या जातील.

आपण पाहू शकतो की त्यांनी भविष्यासाठी काय निर्णय घेतला आहे. मी हे स्पष्ट करू इच्छितो की आपण या गोष्टीचे विश्लेषण यामुळे करीत नाहीत की उपलब्धीवर प्रश्न केले जावेत. म्हणून यासाठी जनतेत जागृती निर्माण केली जाऊ शकते आणि त्यांना आगामी संघर्षासाठी तयार केल्या जाऊ शकते. आपल्यासाठी तडजोड म्हणजे गुढगे टेकणे नाही. तर एक पाऊल टाकणे आणि नंतर थोडा आराम करणे आहे.

परंतु यासोबतच आपण हे पण समजून घेतले पाहिजे की क्रांतीकारी पार्टीसाठी निश्चित कार्यक्रम असणे गरजेचे आहे. आपणास हे माहित असायला हवे की क्रांतीचा अर्थ चळवळ आहे. याचा अर्थ संघटीत व क्रमबद्ध कामाद्वारा विचारपूर्वक बदल घडविणे असते आणि ही तोडफोड असंघटीत, अचानक किंवा स्वतः परिवर्तनाच्या विरोधात आहे. कार्यक्रम तयार करण्यासाठी अनिवार्य स्वरूपात या गोष्टींचा अभ्यास करण्याची गरज आहे.

१) उद्देश किंवा लक्ष्य.

२) आभार, जेथून सुरू करायचा आहे, म्हणजे वर्तमान स्थिती.

३) कार्यक्रम, म्हणजे साधन व डावपेच.

जोपर्यंत या तत्त्वासंबधी काही स्पष्ट संकल्प नाही, तोपर्यंत कार्यक्रम संबंधी कोणताही विचार शक्य नाही.

वर्तमान परिस्थिती वर आम्ही काही मर्यादेपर्यत विचार केला आहे, उद्देशासंबधी देखील काही चर्चा झाली आहे. आम्ही समाजवादी क्रांती करू इच्छितो, ज्यासाठी पायाभूत गरज राजकीय क्रंतीची आहे. हेच आहे जे आम्हाला पाहिजे आहे. राजकीय क्रांतीचा अर्थ राज्यसत्ता (म्हणजे राजकीय शक्ती) इंग्रजाकडून हिसकावून ती भारतीय हातात देणे आहे आणि ती पण त्या भारतीयांच्या हातात ज्यांचा अंतिम उद्देश आमच्या उद्देशासमान आहे. आणि स्पष्टपणे सांगायचे झाले तर सामान्य जनतेच्या प्रयत्नाने क्रांतीकारी पार्टीच्या ताब्यात घेणे. त्यानंतर पूर्ण समाजाला एका विशिष्ट ध्येयासाठी सहभागी करू घेणे आहे. नाहीतर याचा दुरूपयोग होईल. परंतु जर तुम्ही

म्हणत असाल, तुम्हाला राष्ट्रीय क्रांती करायची आहे, जिचा उद्देश भारतीय लोकशाहीची स्थापना आहे, तर माझा प्रश्न आहे की यासाठी तुम्ही क्रांतीला मदत करण्यासाठी कोणत्या शक्तीवर अवलंबून आहात. क्रांती राष्ट्रीय असो किंवा समाजवादी, ज्या शक्तीवर आपण अवलंबून आहोत, ते शेतकरी आणि कामगार आहेत. कॉंग्रेसी नेत्यात संघटीत करण्याची हिमत नाही, या आंदोलनात हे आपण स्पष्टपणे पाहिले आहे. इतरापेक्षा त्यांना गोष्टीची जाणीव आहे की या शक्तीशिवाय ते विवश आहेत. जेव्हा त्यांनी संपूर्ण स्वातंत्र्याचा प्रस्ताव पास केला तर याचा अर्थ क्रांतीच होता, पण यांचा (कॉंग्रेसचा) अर्थ हा नव्हता. तो तरूण कार्यकर्त्यांच्या दबावाखाली पास केला होता आणि याचा उपयोग ते धमकी म्हणून करू इच्छित होते, म्हणजे त्यांना पाहिजे तसे राज्य त्यांना प्राप्त करता येईल. तुम्ही कॉंग्रेसच्या मागील तीन अधिवेशनातला प्रस्ताव वाचून या संदर्भात योग्य असे मत तयार करू शकता. माझा इशारा मद्रास, कलकत्ता व लाहोर अधिकवेशनाकडे आहे. कलकत्त्यात डोमिनियन स्टेटसचा प्रस्ताव पास करण्यात आला. १२ महिन्याच्या आत ही मागणी पूर्ण करण्यास सांगण्यात आले आणि जर असे करण्यात आले तर कॉंग्रेस मजबूर होऊन पूर्ण स्वातंत्र्याला आपला उद्देश करील. पूर्ण सहकार्याने ते ३१ डिसेंबर १९२९ च्या मध्यरात्रीपर्यंत ही भेट मिळण्याची प्रतिक्षा करीत रहा आणि त्यावेळी त्यांनी पूर्ण स्वातंत्र्याचा प्रस्ताव स्वीकारण्यासाठी स्वतःला वचनबद्ध केले, जसे की त्यांना नको होते. आणि त्योवळीही महात्माजीने ही गोष्ट लपवून ठेवली नव्हती की चर्चेचा मार्ग मोकळा आहे. हा होता याचा वास्तविक अर्थ. सुरूवातीपासून ते समजून होते की त्यांच्या आंदोलनाचा शेवट तडजोडीमध्ये होईल. हा निर्दयीपणा आम्ही नाकारतो, तसेच संघर्षाच्या जागी तडजोड करणे पसंत करीत नाहीत.

या गोष्टीचा विचार करीत होतो की क्रांती कोण कोणत्या गोष्टीवर अवलंबून आहे? परंतु तुम्हाला असे वाटत असेल की सक्रिय सहभागासाठी शेतकऱ्यांना आणि कामगारांना आपण पटवू तर मी सांगू इच्छितो की कोणत्याही भावनीक गोष्टीला ते बळी पडणार नाहीत. ते सरळ विचारतील की त्यांना तुमच्या क्रांतीपासून काय फायदा होणार आहे ? कारण त्यांनी क्रांतीसाठी त्याग करावा अशी तुमची अपेक्षा असेल तर असा प्रश्न ते विचारणारच. भारत सरकारचा प्रमुख लॉर्ड रीड्रिच्या जागी सर पुरोषत्तम दास असेल तर यामुळे भारतीयांना काय फरक पडणार आहे ? एका शेतकऱ्याला काय फरक पडेल, लॉड्र इर्विनच्या जागी सर तेज बहाद्दुर सप्रु आले. राष्ट्रीय भावनेच्या

नावाने भावनीक करणे बेकार आहे. तुम्ही त्यांना तुमच्या कामासाठी वापरू शकत नाही. तुम्हाला गंभीरपणे काम करावे लागेल आणि त्यांना समजावून सांगावे लागेल की क्रांतीमुळे त्यांचा फायदा होणार आहे. सर्वहारा श्रमीकांची क्रांती, सर्वहारांसाठी क्रांती.

जेव्हा आपण आपल्या उद्देशाच्या संदर्भात धारणा तयार केली तर अशा उद्देशाच्या पुर्तीसाठी आपण आपली शक्ती एकवटण्यास सुरू कराल. आता दोन वेगवेगळया भूमिका घ्याव्या लागतील-पहिली तयारीची भूमिका, दुसरी कार्यरूप देण्याची भूमिका.

हे चालू आंदोलन ज्यावेळी संपेल, त्यावेळी तुम्हाला अनेक ईमानदार व गंभीर क्रांतीकारी कार्यकर्त्यांना निराश व उदास पहाल. परंतु तुम्हाला घाबरण्याची आवश्यकता नाही. भावनीकता एकिकडे ठेवा. वास्तवतेचा सामना करण्यास तयार रहा. क्रांती करणे फार कठीण काम आहे. हे कोणा एका व्यक्तीच्या प्रभावाची गोष्ट नाही आणि तिला एखादी निश्चित तारीख नाही. ती तर विशेष सामाजिक-आर्थिक परिस्थितीतून निर्माण होते आणि एका संघटीत पार्टीला अशा संधीचा फायदा घ्यावा लागतो आणि जनतेला यासाठी तयार करावे लागते. यासाठी क्रांतीकारी कार्यकार्यकर्त्यांना अनेक त्याग करावा लागतो. इथे मी स्पष्ट सांगून टाकतो की तुम्ही व्यापारी असा किंवा स्थिर असे दुकानदार किंवा कौटुबिक व्यक्ती आहात तर महाशय ! आगीसोबत खेळू नका. एक नेता म्हणून तुम्ही पक्षाच्या कोणत्याच कामाचे नाहीत. आधीच आमच्याकडे असे अनेक नेते आहेत जे सांयकाळच्या वेळी भाषण देण्यासाठी थोडा वेळ काढतात. हे नेते आमच्या कसल्याच कामाचे नाहीत. आम्ही तर लेनिनचे ते प्रसिद्ध वाक्य ‘धंदेवाईक क्रांतीकारक’ वापरू. पूर्णवेळ कार्यकर्ता. क्रांती करणे हाच ज्याचा धंदा असेल. जितके अधिक असे कार्यकर्ते पार्टीत सहभागी होतील, तितकीच क्रांती यशस्वी होण्याची शक्यता अधिक आहे.

पार्टीला योग्य पद्धतीने पुढे घेऊन जाण्यासाठी ज्या गोष्टीची सर्वांत अधिक गरज आहे ती ही की असे कार्यकर्ते स्पष्ट विचार, प्रत्यक्ष समजदारी, सुरूवात करण्याची योग्यता आणि तात्काळ निर्णय घेण्याची क्षमता ठेवतात. पार्टीत पोलादी शिस्त असेल आणि हे गरजेचे नाही की पार्टीने भूमिगत राहूनच काम करावे. तर ती जाहीरपणे देखील काम करू शकते. स्वेच्छेने जेलमध्ये जाण्याचे धोरण त्यागले पाहिजे. अशाप्रकारे अनेक कार्यकर्त्यांना आयुष्यभर भूमिगत काम करण्याची देखील आवश्यकता पडू शकते. परंतु त्यांनी पूर्ण उत्साहाने काम करीत राहिले पाहिजे आणि हाच तो गट आहे ज्याची संधी मिळू शकणारे नेते तयार होतील.

पार्टीला कार्यकर्त्यांची गरज असेल, ज्यांना तरूणांच्या आंदोलनात सहभागी करून घेतल्या जाऊ शकतं. म्हणून तरूणांचे आंदोलन पहिला मजला आहे, जिथून आपले आंदोलन सुरू होईल. तरूण आंदोलनाला अभ्यास केंद्र (स्टडी सर्कल) सुरू करायला हवेत. लीफलेट, पॉम्पलेट, पुस्तके, मॅग्झीन छापायला हवे. क्लासमध्ये लेक्चर व्हायला हवे. राजकीय कार्यकर्त्यांसाठी भरती करणे आणि प्रशिक्षण देण्याची ही सर्वाधीक चांगली जागा असेल.

त्या तरूणांना पार्टीत आणले पाहिजे, ज्यांचे विचार प्रगल्भ झाले आहेत आणि जे त्यांचे जीवन या कामी खर्च करू इच्छितात. पार्टी कार्यकर्ता तरूण आंदोलनाच्या कामाला दिशा देतील. पार्टी तिचे काम प्रचारापासून सुरू करील. हे अत्यंत आवश्यक आहे. गदर पार्टी (१९१४-१५) ला अपयश येण्याचं मुख्य कारण होतं, जनतेची अज्ञानता, बांधलीकीचा अभाव आणि अनेकदा विरोध. याशिवाय शेतकरी आणि कामगारांचे समर्थन मिळवण्यासाठी प्रचार गरजेचे आहे. पार्टीचे नाव कम्युनिस्ट पार्टी असावं. ठोस शिस्त असणारी राजकीय कार्यकर्त्यांची ही पार्टी उर्वरीत सगळे आंदोलन चालवील. या पार्टीला कामगार व शेतकरी तसेच इतर राजकीय संस्थांचे संचालन देखील करावे लागेल आणि लेबर युनियन कॉंग्रेस तसेच या प्रकारची इतर राजकीय संस्थेवर प्रभाव पाडण्याचा देखील प्रयत्न करील. पार्टी एक मोठे प्रकाशन अभियान संचलित करील ज्यामुळे राष्ट्रीय जागृतीच नाही तर वर्ग जागृती देखील निर्माण होईल. समाजवादी सिद्धांताच्या संबंधात जनतेला जागृत करण्यासाठी सर्व समस्यांची विषययुक्त प्रत्येक व्यक्तीच्या लक्षात यायला हवी आणि अशा प्रकाशनाला मोठ्या प्रमाणात वितरीत केल्या जावे. लेखन सरळ आणि स्पष्ट असावे.

कामगार आंदोलनात अशा व्यक्ती आहेत ज्या कामगार आणि शेतकऱ्यांची आर्थिक आणि राजकीय स्वातंत्र्याच्या संदर्भात फारच विचित्र विचार बाळगून आहेत. ही माणसं उत्तेजना पसरविणारे आहेत किंवा चिडलेले. असे विचार एकतर वरवरचे आहेत किंवा कल्पनाहीन. आमचा अर्थ जनतेच्या आर्थिक स्वातंत्र्य असा आहे आणि त्यासाठी आम्ही राजकीय सत्ता प्राप्त करू इच्छितो. यात काही शंका नाही की सुरूवातीला लहान सहान आर्थिक मागण्या आणि या वर्गाच्या विशेष अधिकारासाठी आपल्याला लढावे लागेल. हाच संघर्ष त्यांना राजकीय शक्ती प्राप्त करण्यासाठी अंतिम संघर्षासाठी जागृत व तयार करील.

याशिवाय सैनिक विभाग संघटीत करावा लागेल. हे फार महत्त्वाचे आहे. अनेकदा याची वाईटपणे गरज असते. त्यावेळी तुम्ही असा गट तयार नाही करू शकत ज्याकडे

काम करण्याची पूर्ण शक्ती आहे. कदाचित हा विषय सूक्ष्म असा समजून घेतला पाहिजे. या विचाराला चुकीचे ठरवले जाऊ शकते. वरवर पहाता मी एक दहशवाद्याप्रमाणे काम केले आहे. परंतु दहशतवादी नाही मी. मी एक क्रांतीकारी आहे. ज्याचे दीर्घकालीन कार्यक्रमासंबंधी ठोस व विशिष्ट विचार आहेत ज्यावर इथे विचार करण्यात येत आहे. शस्त्रांचे सोबती' माझे काही सहकारी मला रामप्रसाद बिस्मिलप्रमाणे या गोष्टीसाठी दोषी ठरवतील की फासीच्या कोठडीत राहून माझ्या आत काही प्रतिक्रया निर्माण झाली आहे. यात काही सत्यता नाही. माझे विचार तेच आहेत, माझ्यात तिच खंबीरता आहे आणि तोच जोश व स्पिरिट माझ्यात आहे, जो बाहेर होता, नाही त्यापेक्षा अधिक. म्हणून आपल्या वाचकांना मी इशारा देऊ इच्छितो की माझ्या शब्दाला त्यांनी लक्षपूर्वक वाचावे.

त्यांना ओळीत काही दिसायला नको आहे. मी पूर्ण शक्तीने असे सांगू इच्छितो की क्रांतीकारी जीवनाच्या सुरूवातीचे काही दिवस वगळता ना मी दहशतवादी आहे ना होतो. आणि मला पूर्ण विश्वास आहे की या प्रकारच्या पद्धतीने आपण काही प्राप्त करू शकत नाही. हिंदूस्थान समाजवादी रिपब्लिकन पार्टीच्या इतिहासावरून हे अगदी स्पष्ट होते. आमचे सर्व काम याच दिशेने होते, म्हणजे मोठ्या राष्ट्रीय आंदोलनाच्या सैनिक विभागाच्या जागी आपली ओळख बनवणे. जर मला कोणी चुकीचे ठरवले, तर दुरूस्त करून घ्या. मला असे म्हणायचे नाही की पिस्तोल आणि बॉम्ब अगदीच बेकार आहेत, तर ते यालट आहेत. परंतु माझे म्हणणे जरूर असे आहे की केवळ बॉम्ब फेकणे केवळ बेकारच नाही तर नुकसानकारक आहे. पार्टीच्या सैनिक विभगाला नेहमी तयार असायला हवे, म्हणजे संकटाच्या वेळी उपयोगी पडतील. यामुळे पार्टीच्या राजकीय कामात मदतकारक असायला हवे. त्यांनी त्यांचे काम स्वतंत्रपणे करू नये.

जसे की वारील ओळीत सांगितले आहे. पार्टीने तिच्या कामाला पुढे घेऊन जावे. वेळोवेळी बैठका आणि संमेलन बोलावून आपल्या कार्यकर्त्यांना सर्व विषयाच्या संदर्भात माहिती आणि जागृत करीत राहिले पाहिजे. तुम्ही जर अशाप्रकारचे काम सुरू केले तर तुम्हाला अंत्यत गंभीरपणे काम करावे लागेल. हे काम पूर्ण होण्यास किमान वीस वर्षे लागतील. क्रांती संबंधी तारूण्याचा काळ दहा वर्षात पूर्ण होण्याचे स्वप्नाला एकिकडे ठेवा. अगदी तसे जसे गांधींच्या (एक वर्षात स्वराज्य) स्वप्नाला ठेवले होते. त्यासाठी ना भावनीक होण्याची गरज आहे, ना हे सोपे आहे. गरज आहे निरंतर संघर्ष करणे, कष्ट सहन करणे आणि त्यागमय जीवन जगण्याची.

आपला व्यक्तिवाद पहिल्यांदा संपवा. व्यक्तिगत सुखाचे स्वप्नं एकिकडे ठेवून द्या आणि नंतर काम सुरू करा. थोडे थोडे प्रगती करीत रहाल. यासाठी हिमत, खंबीरता आणि मजबूत इच्छांची गरज आहे. कितीही त्रास, अडचणी आल्या तरी आपण हिमत सोडू नये. कोणताही पराभव किंवा धोका आपले मन विचलीत करणार नाही. कितीही त्रास असो, आपला क्रांतीकारी जोश थंड पडू नाही. कष्ट सहन करणे आणि त्याग करण्याच्या सिद्धांतानुसार आपण यश प्राप्त करणार आणि हे व्यक्तिगत यश क्रांतीची अमूल्य संपत्ती असेल.

इंकलाब जिंदाबाद !

२ फेब्रुवारी, १९३१

आपल्यासाठी सोनेरी संधी

भारताला स्वातंत्र्य मिळणे हे काही आता दूरचे स्वप्नं राहिलेले नाही. घटना मोठ्या वेगाने घडत आहेत, म्हणून स्वातंत्र्य आता आपण समजतो त्यापेक्षा लवकर स्वप्नं सत्यात येणार आहे. ब्रिटिश साम्राज्य हादरले आहे. जर्मनीला मात खावी लागलेली आहे, फ्रान्स थर थर कापत आहे आणि अमेरिका हादरला आहे आणि या सर्वांच्या अडचणी आपल्यासाठी सोनेरी संधी आहे. प्रत्येक घटना त्या महान भविष्यवाणीकडे संकेत करीत आहे, ज्यानुसार भांडवलवादी ढाचा नष्ट होणार आहे. कूटनीतिज्ञ लोक स्वतःला वाचविण्यासाठी प्रयत्नशील असू शकतात आणि भांडवलवादी कारस्थानाने 'क्रांतीच्या वाघा'ला त्यांच्यापासून दूर ठेवण्याचा प्रयत्न करू शकतात. इंग्रजांचे बजेट ढासळू शकते आणि मृत्यूच्या दाढेत अडकलेल्या भांडवलशाहीला काही क्षणासाठी सुटका मिळू शकते. डॉलर राजा' त्याने त्याचा मुकूट सांभाळावा तरी व्यापक मंदी जर चालू राहिली आणि तिचं चालू रहाणं स्वभाविक आहे. तर बेरोजगारांची फौज वेगाने वाढेल आणि ती वाढत चालली आहे, कारण की भांडवलवादी उत्पादन-व्यवस्था तशीच आहे. हे चक्कर भांडवलवादी व्यवस्थेला रूळावरून खाली ढकलून देईन. गोष्ट काही महिन्यांची आहे. म्हणून क्रांती आता भविष्यवाणी किंवा शक्यता नाही, तर व्यावहारीक राजकारण' आहे ज्याला विचारपूर्वक आखलेली योजना आणि कठोर अमलबजावणी करून यशस्वी केल्या जाऊ शकते. याच्या निरनिराळया बाजूवर आणि तात्पर्य, तिची पद्धत आणि उद्देशासंबंधी कसलाही विचारात्मक गोंधळ नसायला पाहिजे.

गांधीवाद

कॉंग्रेस आंदोलनाची शक्यता, पराजय आणि उपलब्धीच्या संदर्भात आम्हाला कसल्याही प्रकारचा भ्रम नसायला पाहिजे. आज चालू असलेल्या आंदोलनाला गांधीवाद म्हणणे ठीक आहे. कारण ते स्वातंत्र्याची मागणी करीत नाही. तर सरकारमध्ये सत्तेत वाटा' मागते. पूर्ण स्वातंत्र्याचा अर्थ विचित्र काढला जातो, याची पद्धत वेगळी आहे, परंतु बिचाऱ्या लोकांच्या कोणत्या कामाची नाही. साबरमतीचा संत गांधीवादाला कोणी कायमचा शिष्य देऊ शकत नाही. ही एक मधली पार्टी म्हणजे लिबरल-रॅडिकल याचे मिश्रण, असे काम करीत आहे आणि करू पण लागली आहे. वास्तवाला भिडणे याची तिला लाज वाटते. तिला चालवणारे देशातले असेच लोक आहेत, ज्यांचे हित तिच्यात आहे आणि ते त्यांच्या हितासाठी बुर्जुआ हट्ट धरून आहेत. क्रांतीकारी रक्ताने ते गरम केले नाही, तर ते थंड होणे स्वभाविक आहे. त्यांना अशा मित्रांपासून वाचविण्याची गरज आहे.

दहशतवाद

चला, या कठीण प्रश्नाच्या संदर्भात स्पष्टता असावी. बॉम्बचा मार्ग १९०५ पासून चालू आहे आणि क्रांतीकारी भारतावर ही वेदनादायक नोंद आहे. अद्याप याची जाणीव करून देण्यात आली नाही की याचा दुरूपयोग काय आहे. दहशतवाद आपल्या समाजात क्रांतीकारी चिंतन नसल्याने अभिव्यक्त आहे, किंवा पश्चाताप. अशाप्रकारे तो त्याच्या अपयशाचे स्वीकार देखील आहे. सुरूवातीला याचा काही फायदा होता. यामुळे राजकारणाला अमूल्य असे बदलले. तरूण बुद्धिजीवीच्या विचारांना दिशा दिली, आत्मत्यागाच्या भावनेला ज्वलंत रूप दिले आणि जग आणि आपल्या शत्रुसमोर आपल्या आंदोलनाची सत्यता आणि शक्तीला जाहीर करण्याची संधी मिळाली. परंतु ते तितकेच पुरेसे नाही. सर्व देशांत याचा (दहशतवादचा) इतिहास पराभवाचा इतिहास आहे. फ्रान्स, रशिया, जर्मनीत, बाल्कन देशात, स्पेनमध्ये प्रत्येक ठिकाणी हेच घडलेले आहे. याच्या पराभवाला ते स्वतःच जबाबदार आहे. साम्राज्यवाद्यांना चांगले माहित आहे की ३० करोड लोकांवर शासन करण्यासाठी दरवर्षी ३० व्यक्तीना ठार केल्या जाऊ शकते. शासन करण्याचा आनंद बॉम्ब किंवा पिस्तोलांनी गमावल्या जाऊ शकतो, परंतु शोषणाचा व्यावहारीक फायदा ते कायम ठेवण्यासाठी विवश करण्यात आहे. मग आपल्या इच्छेनुसार हत्यार सहज मिळो आणि आपण मोठ्या जोशात लढलो, जसे की इतिहासात यापुर्वी घडले नाही, तरी पण दहशतवाद

फार तर साम्राज्यावाद्यांना तडजोड करण्यास विवश करू शकतो. अशा तडजोडी, आपल्या पूर्ण स्वातंत्र्यापासून नेहमी दूर असतील. अशाप्रकारे दहशतवाद, एक तडजोड, सुधारणाचा एक हप्ता असू शकतो आणि तो प्राप्त करण्यासाठी गांधीवादावर जोर देणे चालू आहे. त्यांना वाटते की दिल्लीची सत्ता जाऊन काळयाच्या हाती यावी. ते लोकांपासून दूर आहेत आणि ते सत्तेवर बसताच अत्याचारी होण्याची शक्यता आहे. आयरिश उदाहरण इथे लागू पडते, असा इशारा मी देऊ इच्छितो. आयरलँडमध्ये एक दुसरी घटना घडत नव्हती. तर राष्ट्रीय पातळीवर ती लोकांचे बंड होते, ज्यामुळे बंदूकधारी लोकांसोबत आपलेपणाने जोडलेले होते. त्यांना सहज हत्यार मिळत होते कारण अमेरिकन आयरिश त्यांना भरपूर मदत करीत होते. भोगौलिक स्थिती देखील अशा युद्धासाठी फायदेशीर होती. परंतु तरी पण आयरलँडला आपल्या आंदोलनासाठी अपूर्ण उद्देशासहित समाधान मानावे लागले. यामुळे आयरीश जनतेची गुलामी तर कमी झाली. परंतु आयरीश जनतेला ते भांडवलशाहीच्या जुलूमातून मुक्त करू शकले नाहीत. भारतातला आयरलँड कडून शिकले पाहिजे. हा एक इशारा देखील आहे की कशाप्रकारे क्रांतीकारी सामाजिक आधारावर पोकळ राष्ट्रवादी आदर्शवाद, परिस्थितीनुसार असुनही साम्राज्यवादासोबत तडजोडी करून लुप्त होऊ शकतो. काय भारताने अजूनही आयरलँडची नक्कल करायला हवी.

अशाप्रकारे गांधीवाद आपला भाग्योदयाचा विचार सांगूनही, क्रांतीकारी विचाराच्या जवळ जाण्याचा प्रयत्न करतो, कारण हे सामूहिक कार्यवाहीवर अवलंबून आहे. असे असले तरी ही कार्यवाही समूहासाठी नसते. त्यांनी कामगारांच्या आंदोलनात सहभाग घेऊन त्यांना कामगार क्रांतीच्या मार्गावर सोडले आहे. ही बाब वेगळी आहे की त्यांनी किती असभ्यता किंवा स्वार्थाने आपल्या राजकारणासाठी वापर करण्यात आला. क्रांतीकारकांना अहिंसेचे दूत' ला त्यांचे योग्य स्थान द्यायला हवे.

दहशतवाद्यांच्या सैतानाला प्रतिसाद देण्याची गरज नाही. दहशतवाद्यांने भरपूर काम केले आहे. बरेच शिकवले आहे. जर आपण आपला उद्देश आणि पद्धतीला विसरलो नाही तर ते अद्यापही बरेच फायदेशीर ठरू शकतं. विशेषतः निराशेच्या वेळी दहशतवादी पद्धत आपल्या प्रचार अभियानाला मदतकारक ठरू शकतं. परंतु हे धडाकेबाजीशिवाय दुसरे काही नाही, आणि हे खास प्रसंगी आणि ठरावीक लोकांसाठी सुरक्षित ठेवायला हवे. क्रांतीकारकांना निरर्थक दहशतवादी कारवाया आणि व्यक्तीगत आत्म-बलिदान या दुष्टचक्रात अडकवू नये. सर्वांसाठी उत्साहवर्धक आदर्शासाठी

मरावे लागणार नाही, तर उद्देशासाठी जगावे आणि ते पण फायदेशीर पद्धतीने जगावे लागेल.

हे सांगण्याची तर गरज नाही की आपण दहशतवादासोबतचे सर्व नाते तोडत आहोत. प्रत्येक कामगार क्रांतीच्या दृष्टीकोणातून याचे पूर्ण मूल्यांकन करू इच्छितो. जो तरूण परिपक्व व गुप्त (पद्धतीने) संघटनेच्या कामात पात्र ठरत नाही, त्यांची दुसरी भूमिका असे शकते. त्यांना कंटाळवाण्या कामातून मुक्त करून त्यांच्या मनासारख्या कामात गुंतवले पाहिजे. परंतु संचालक संस्थेला पार्टी आणि त्या कामाच्या प्रभावाला लोकांवर त्याचा प्रभाव आणि शत्रुची शक्ती आधी तपासावी लागेल. असे काम पार्टी आणि जनतेचे लक्ष लढाऊ जनसंघर्षाकडून कमी करून जहाल कामात गुंतवू शकता आणि अशाप्रकारे पार्टीच्या मुळावर प्रहार करण्याचा बहाणा करू शकतो. अशाप्रकारे कोणत्याही स्थितीत या आदर्शाला पुढे नाही घेऊन जायचे.

परंतु गुप्त सैनिक विभागाला कसला श्राप नाही. वास्तवात ही तर पहिली ओळ आहे. क्रांतीकारी पार्टीची 'गोलीमार ओळ' 'आधारा' वर पूर्णपणे संबंधीत असायला हवे. आधार' लढाऊ व गतीशील जनपार्टी होणे आहे. संघटनेसाठी धन आणि हत्यार गोळा करण्यात संकोच नसायला पाहिजे.

क्रांती

आपल्या दृष्टीने क्रांती म्हणजे काय, हे स्पष्ट आहे. या शताब्दीमध्ये या केवळ अर्थ एकच अर्थ होऊ शकतो-जनतेसाठी जनतेसाठी राजकीय शक्ती प्राप्त करणे आहे. वास्तवात हेच कारण आहे, क्रांती, बाकी सर्व विद्रोह तर केवळ मालकाच्या परिवर्तनद्धारा भांडवलवादी कुचकाम्याना पुढे करतात. कोणत्याही प्रमाणात लोकांसोबत किंवा त्यांच्या उद्देशासोबत दाखवलेले सहानुभूती लपून रहात नाही, लोकांना कारस्थान समजते. भारतात आम्ही भारतीय श्रमिकांचे शासन यापेक्षा अधिक काही मागत नाहीत. भारतीय श्रमिकांना भारतात साम्राज्यवाद्यांच्या आणि त्यांना मदत करणारे बाजूला करून जे की या आर्थिक व्यवस्थेचे समर्थक आहेत. ज्यांची मुळे शोषणावर पोषली जातात-पुढे यावे लागेल. वाईट गोष्टी, एका स्वार्थी समूहाप्रमाणे, एकमेकांची जागा घेण्यास तयार आहेत.

साम्राज्यवाद्यांना सत्तेवरून खाली खेचण्यासाठी भारतातले एकमेव हत्यार कामगार क्रांती आहे. याची जागा दुसरी कोणतीच गोष्ट घेऊ शकत नाही. सर्व विचारांचे राष्ट्रवादी एका विचारावर सहमत आहेत की साम्राज्यवाद्यांपासून स्वातंत्र्य मिळावे.

पण त्यांना हे समजून देण्याची गरज आहे की त्यांचे आंदोलन सचलित करणारी शक्ती विद्रोही जनता आहे आणि त्यांच्या लढाऊ कारवायानेच यश मिळेल. कारण यावर दुसरा मार्ग नाही आहे, म्हणून स्वतःला त्रास देऊन ते तिकडे सरकतात, ज्याला ते आरजी उपाय, परंतु झटपट आणि प्रभावशाली समजतात. म्हणजे मोजके शेकडो खंबीर आदर्शवादी राष्ट्रवादीच्या सशक्त विद्रोहाच्या मार्गाने विदेशी शासनाला उलथून राज्याचे समाजवादी मार्गावर पुनर्गठन. त्यांनी वेळेचे महत्त्व ओळखायला हवे. हत्यार मोठ्या प्रमाणात उपलब्ध नाहीत. आणि लढाऊ गटांच्या वेगवेगळ्या तुकड्यांना या काळात कसलेही भवितव्य नाही. राष्ट्रवादीच्या यशासाठी त्यांची पूर्ण संख्या अडचणीत येणे गरजेचे आहे आणि विद्रोहासाठी उभे रहायला हवे. त्यांची जमात कॉंग्रेसचा लाउडस्पीकर नाही. तर ते कामगार शेतकरी आहेत जे भारताची ९५ टक्के लोकसंख्या आहे. राष्ट्र स्वतःला राष्ट्रवादाच्या विश्वासावरच अडचणीत येईल, म्हणजे साम्राज्यवाद आणि भांडवलदारांची गुलामीतून मुक्तता यावरचा विश्वास देण्यास ते कमी पडतील.

आपण लक्षात ठेवायला हवे की श्रमिक क्रांतीशिवाय दुसरी कोणती होऊ शकत नाही आणि यशस्वी होऊ शकत नाही.

कार्यक्रम

क्रांतीचा स्पष्ट आणि प्रमाणिक कार्यक्रम असणे काळाची गरज आहे आणि या कार्यक्रमाला यशस्वी करण्यासाठी कडक अमलबजावणी होणे गरजेचे आहे.

१९१७ मध्ये ऑक्टोबर क्रांतीच्या अगोदर, जेव्हा लेनिन मास्कोत भूमिगत होते, तेव्हा त्यांनी यशस्वी क्रांतीसाठी तीन आवश्यक अटी सांगितल्या होत्या.

१) राजकीय-आर्थिक परिस्थिती

२) जनतेच्या मनात विद्रोह-भावना

३) एक क्रांतीकारी पार्टी, जी पूर्णपणे प्रशिक्षित असेल आणि परीक्षाच्या वेळी जनतेला नेतृत्त्व प्रदान करू शकेल.

भारतात पहिली अट पूर्ण होऊ शकली आहे, दुसरी व तिसरी अट अंतिम स्वरूपात तिची पुर्तता होण्याची प्रतिक्षा करीत आहे. त्यासाठी अडचणीत येणे स्वातंत्र्याच्या सर्व सेवकांचे पाहिले काम आहे. हे मुद्दे समोर ठेवून कार्यक्रम तयार करायला हवा. याची रूपरेषा खाली दिली आहे आणि प्रत्येक भांगासंबंधी अनुसूची 'क' व 'ख' मध्ये दिलेली आहे.

पायाभूत कार्यक्रम

कार्यकर्त्या समोर सर्वांत पहिली जबाबदारी आहे जनतेला लढाऊ कामासाठी तयार व शिस्तबद्ध करणे. आपल्याला अंधविश्वास, भावना, धार्मिकता किंवा तटस्थततेच्या आदर्शासोबत खेळण्याची गरज नाही. आपल्याला केवळ भाकरीसोबत कांदा इतकाचा जनतेसोबत वादा करायचा नाही आहे. हे वायदे ठोस व पूर्ण असायला हवेत आणि यावर आपण इमानदारी आणि स्पष्टपणे बोलतील. आम्ही कधीही त्यांच्या मनात भ्रम निर्माण होऊ देणार नाहीत. क्रांती जनतेसाठी असेल. काही स्पष्ट सूचना अशा असतील

१) सामंतवादाचा शेवट
२) शेतकऱ्यांचं कर्ज माफ करणे
३) क्रांतीकारी राज्याकडे जाणारे जमिनीचे राष्ट्रीयकरण म्हणजे सुधारीत आणि सामूहिक शेती केल्या जाऊ शकेल.
४) सर्वांना निवारा.
५) शेतकऱ्यांडून वसूल करण्यात येणारे सर्व खर्च बंद. फक्त एक कर आकारला जाईल.
६) कंपन्यांचे राष्ट्रीयकरण आणि देशात कंपन्या सुरू करणे.
७) सर्वांना शिक्षण.
८) काम करण्याचे तास. गरजेनुसार कमी करणे.

जनतेने अशा कार्यक्रमाला मान्यता द्यायला हवी. यावेळी सर्वांत महत्त्वाचे काम हे आहे की लोकांपर्यंत पोहचणे. लादलेल्या अज्ञानाने एकिकडे आणि बुद्धिजीवींच्या उदासिनतेने दुसरीकडे शिक्षित क्रांतीकारक आणि छन्नी-हातोडेवाले त्यांचे दुर्देवी अर्धशिक्षित सहकार्यांत एक नकली भिंत उभी केली आहे. क्रांतीकारकांना या भिंतीला पाडावे लागेल. यासाठी खालील गोष्टी कराव्या लागतील.

१) कॉंग्रेसच्या स्टेजचा फायदा घेणे.
२) ट्रेड यूनियनवर ताबा मिळवणे आणि ट्रेड यूनियन व संघटनेला लढाऊ स्वरूप देणे.
३) राज्यात यूनियन स्थापन करून त्यांना वरील गोष्टीसाठी संघटीत करणे.
४) प्रत्येक सामाजिक व स्यंयसेवी संघटनेत (इतके की सहकारी संस्था), ज्यामुळे लोकांपर्यंत जाण्याची संधी मिळते, गुप्तपणे त्यांच्यात सहभागी होऊन त्यांचा

कार्यक्रम संचलित करणे की खरे मुद्दे आणि उद्देशाला पुढे घेऊन जाता येईल.

५) कागदोपत्री समित्या, कामगार आणि बौद्धिक काम करणारे युनियन प्रत्येक ठिकाणी स्थापन करण्यात यावी.

या काही गोष्टी आहेत त्या वाचल्या जाव्यात, प्रशिक्षित क्रांतीकारी लोकांपर्यंत पोहचता येईल. आणि एकदा का पोहचले तर प्रशिक्षणाच्या द्वारे पहिल्यांदा आपल्या अधिकारांची उत्साहवर्धक पुष्टी करता येईल आणि मग संप आणि काम बंद करण्याच्या पद्धतीने लढाऊ मार्ग काढता येईल.

क्रांतीकारी पार्टी

क्रांतीकारकांची सक्रिय ग्रुपची मुख्य जबाबदारी, जनतेपर्यंत पोहचणे आणि त्यांना सक्रिय करण्याच्या तयारीत असणे. ते हेच चलते फिरते दृढ इच्छा असणारे लोक आहेत, जे राष्ट्राला लढाऊ शक्ती देतील. परिस्थिती जशी जशी पक्व होत जाते, तर याच क्रांतीकारी बुद्धिजीवी-जे बुजुर्आ व पेटी बुजुर्आ वर्गातून येतात आणि काही काळासाठी या वर्गातून देखील येतात, परंतु ज्यांनी स्वतःला या वर्गाच्या परंपरेपासून वेगळे केले आहे, त्यांची पार्टी बनेल आणि मग त्याभोवती जास्तीत जास्त कामगार शेतकरी आणि लहान कारागरी राजकीय कार्यकर्ता जोडल्या जातील. परंतु मुख्य प्रमाणात ही क्रांतीकारी बुद्धिजीवी, स्त्रीया व पुरूषांची पार्टी असेल, ज्यांची मुख्य जबाबदारी ही असेल की त्यांनी योजना तयार करावी, ती लागू करावी, प्रचार करावा किंवा वेगवेगळ्या यूनियनमध्ये काम सुरू करून त्यांच्यात एकजूट करावी, त्यांच्या एकत्र हल्ल्याची योजना बनवावी, विद्रोह किंवा आक्रमणाच्या चेहऱ्याने क्रांतीकारी तणावाची स्थिती तयार करावी, लोकांना विद्रोहासाठी प्रयत्नशील करावे आणि वेळ आल्यास निर्भयपणे नेतृत्त्व करावे.

वास्तवात हाच आंदोलनाचा मेंदू आहे. म्हणून त्यांना दृढ चरित्राची गरज असेल, म्हणजे सुरूवात करणे आणि क्रांतीकारी नेतृत्त्वाची क्षमता. त्यांची समज राजकीय, आर्थिक आणि ऐतिहासिक समस्या, सामाजिक समस्या, प्रगतशील विज्ञान, युद्धाचे नवे वैज्ञानीक पद्धती आणि त्याची कला आदीच्या स्वयंशिस्त भावाने केलेल्या सखोल अभ्यासावर आधारीत असायला हवे. क्रांतीची बौद्धिक बाजू नेहमी दुर्बल राहिलेली आहे, म्हणून क्रांतीची अत्यावश्यकता गोष्टी आणि केलेल्या कामाच्या प्रभावावर लक्ष नाही देता येत. म्हणून एक क्रांतीकारकाला अभ्यास-मनन आपली पवित्र जबाबदारी करायला पाहिजे.

हे तर स्पष्ट आहे काही पार्टी विशेष प्रकरणी जाहीरपणे काम करू शकते. जितके शक्य आहे, पार्टीने गुप्त असले नाही पाहिजे. यामुळे शंका असणार नाही आणि पार्टीला शक्ती आणि प्रतिष्ठा मिळेल. पार्टीला मोठी जबाबदारी घ्यावी लागेल, म्हणून सोयीच्या दृष्टीने पार्टीला काही समित्यामध्ये विभाजीत केल्या जाऊ शकते ज्या प्रत्येक क्षेत्रात विशेष कामांची देखभाल करतील.

कामाचे हे विभाजन वेळेची आवश्यकता पाहून लवचीक असायला पाहिजे. किंवा सदस्यांची शक्यता पाहून त्याला एखाद्या स्थानीक समितीमध्ये काम देण्यात येऊ शकतं. स्थानीक समिती, प्रादेशिक बोर्डाच्या अंतर्गत असेल व बोर्ड सुप्रीम कौसिलच्या अंतर्गत असेल. प्रदेशाच्या आत संपर्काचे काम प्रादेशिक बोर्डाच्या अंतर्गत असेल. विखुरलेले सर्व काम किंवा विखुरलेले धोरण रोखले पाहिजे, परंतु अधिक केंद्रियकरणाची शक्यता नाही आहे, म्हणून त्याचा आता प्रयत्नही करायला नको आहे.

सर्व स्थानीक समित्यांना एक दुसऱ्यांच्या संपर्कात ठेवत काम करायला हवे आणि समितीत एक सदस्य देखील असायला हवा. समिती लहान, संयुक्त व कुशल असावी आणि तिने वाद विवाद क्लबमध्ये रूपातरीत व्हायला नको आहे.

म्हणून प्रत्येक क्षेत्रात क्रातीकारी पार्टी अशाप्रकारे असावी-

क. सामान्य समितीः भर्ती करणे, सामान्य धोरण, संघटन, सनसंघटनात संपर्क (परिशिष्ट)

ख आर्थिक समितीः समितीमध्ये महिला सदस्यांची संख्या अधिक असू शकते. या समितीच्या डोक्यावर कठीणातले कठीण काम आहे, म्हणून सर्वांनी मोकळया मनाने हिचे स्वागत करायला हवे. संपत्तीचे स्त्रोत प्राथमिकतेनुसार असावेत-स्वैच्छिक वर्गणी, जबरदस्तीने वर्गणी (सरकारी धन) विदेशी भांडवलदार किंवा बॅंक, विदेशात रहाणाऱ्या देशी लोकांच्या संपत्तीवर ताबा किंवा बेकायदेशीर पद्धतीने, जसे गबन (शेवटी दोघे आपल्या धोरणाच्या विरोधात आहेत आणि पार्टीचे नुकसान करतात, म्हणून त्यांना अधिक प्रोत्साहन नाही द्यायला हवे)

ग ॲक्शन कमिटीः (कार्यकारी समिती) हिचे स्वरूप-साबोताज, हत्यार संग्रह आणि विद्रोहाचे प्रशिक्षण देण्यासाठी एक गुप्त समिती.

घ महिला समितीः असे असले तरी जाहीर पद्धतीने स्त्री-पुरूषात कसलाही भेदभाव केला जाणार नाही तसेच पार्टीला सुरक्षा व सोयीसाठी अशी

समितीची गरज आहे जी आपल्या सदस्यांची पूर्ण जबाबदारी घेऊ शकेल. त्यांना आर्थिक समितीची पूर्ण जबाबदारी दिली जाईल आणि मोठ्या प्रमाणात सामान्य समितीचे काम पण दिल्या जाऊ शकते. स्त्रीयांना क्रातीकारी बनवणे आणि त्यांच्यापैकी प्रत्यक्ष कामसाठी सक्रिय सदस्य भर्ती करणे.

वर सांगितलेल्या कार्यक्रमातून असा निष्कर्ष निघणे शक्य आहे की क्रांती किंवा स्वातंत्र्यासाठी काही कमी प्रयत्न करावे लागणार नाही. 'ती एखाद्या सौंदर्यवतीसारखी आपल्याला सकाळी सकाळी पहायला मिळणार नाही.' आणि जरी तसे झाले तर तो मोठा वाईट दिवस असेल. कोणतेही पायाभूत काम न होता, लढाऊ जनता नसताना, आणि एखाद्या पार्टीशिवाय क्रांतीची तयारी होत असेल, तर ती अपयशी ठरेल. म्हणून आपल्याला लढावे लागेल. आपण नेहमी हे लक्षात ठेवले पाहिजे की भांडवलशाही मरणाच्या दारात आहे आणि नष्ट होण्याच्या दिशने आगेकूच करीत आहे. दोन किंवा तीन वर्षात कदाचित तिचा विनाश होईल. अजूनही आपली शक्ती विखुरलेली राहिली आणि क्रांतीकारी शक्ती एकजूट न होता वाढू शकली नाही, तर असे संकट येईल की आपण त्याचा सामना करण्यास समर्थ नसू. चला, हा इशारा समजून घ्या आणि दोन किंवा तीन वर्षात क्रांतीच्या दिशेने आगेकूच करण्यासाठी योजना तयार करा.

फेब्रुवारी, १९३१

●

२०

मी नास्तिक का आहे

(फेब्रुवारी, १९३१)

हा लेख भगतसिंहाने जेलमध्ये असताना लिहिला होता आणि हा २७ सप्टेबर, १९३१ रोजी लाहोरच्या वर्तमानपत्रात 'दि पीपल' मध्ये प्रकाशित झाला. या लेखात भगतसिंहाने ईश्वराच्या अस्तित्त्वावर अनेक तर्कपूर्ण प्रश्न विचारले आहेत आणि या जगाची निर्मिती, मनुष्याचा जन्म, मनुष्याच्या मनात ईश्वराची कल्पना, यासोबतच मनुष्याची दीनता, त्याचे शोषण, जगात असणारी अराजकता आणि वर्गभेदाच्या स्थितीचे देखील विश्लेषण केले आहे. हा लेख भगतसिंहाच्या लेखनापैकी सर्वात चर्चेचा भाग राहिलेला आहे. स्वातंत्र्यसेनानी बाबा रणधीर सिंह १९३०-३१ च्या दरम्यान लाहोर सेंट्रल जेलमध्ये कैद होते. ते एक धार्मिक व्यक्ती होते ज्यांना हे माहित झाल्यावर अंत्यत दुःख झाले की भगतसिंहाचा ईश्वरावर विश्वास नाही. ते कसेतरी भगतसिंहाच्या कोठडीपर्यंत पोहचले आणि त्यांना ईश्वराच्या अस्तित्त्वावर विश्वास ठेवण्याचा प्रयत्न केला. अपयशी ठरल्यावर बाबाने नाराज होऊन म्हटले," प्रसिद्धीने तुझे डोके खराब झाले आहे आणि तू अहंकारी बनला आहेस जो की एक काळया पडद्याप्रमाणे तुझ्या आणि ईश्वराच्या मध्ये पडली आहे. या मताला उत्तर देण्यासाठी भगतसिंहाने हा लेख लिहिला.

एक नवीन प्रश्न निर्माण झाला आहे. काय मी अहंकारी झाल्याने सर्वशक्तीमान, सर्वव्यापी तसेच सर्वज्ञानी ईश्वराच्या अस्तित्त्वावर विश्वास ठेवत नाही ? माझे काही मित्र कदाचित असे बोलून मी त्यांच्यावर फार अधिकार गाजवत नाही-माझ्यासोबत

थोडी ओळख झाल्यावर या निष्कर्षाला पोहचतात की मी ईश्वराच्या अस्तित्त्वाला नकार देऊन काही गरजेपेक्षा जास्त पुढे जात आहे आणि माझ्या अंहकाराने काही मर्यादेपर्यंत मला या अविश्वासाकरीता भाग पाडले आहे. मी अशा कोणत्याही बढाया मारत नाही की मी मानवी कमजोरीपेक्षा मोठा आहे. मी एक मनुष्य आहे, आणि यापेक्षा अधिक काही नाही. कोणीही यापेक्षा अधिक होण्याचा दावा नाही करू शकत. ही कमजोरी माझ्यात पण आहे. अहंकार देखील माझ्या स्वभावाचा भाग आहे. माझ्या कॉम्रेड्स मध्ये मला हुकूमशहा म्हटल्या जायचे. इतके की माझे मित्र बटुकेश्वर कुमार दत्त देखील कधी कधी असे म्हणायचे. अनेक वेळा स्वैराचारी म्हणून माझ्यावर टीका देखील करण्यात आली. काही मित्रांच्या तक्रारी आहेत, आणि गंभीर स्वरूपात आहेत की मी इच्छा नसताना मी माझे विचार, त्यांच्यावर लादतो आणि माझ्या मताप्रमाणे घडवून आणतो. हे काही मार्यादेपर्यंत ठीक आहे. मी हे नाकारत नाही. याला अहंकार म्हटल्या जाऊ शकते. प्रचलित मताच्या संदर्भात माझ्या मताचा प्रश्न आहे, मला निचितच माझ्या मतावर गर्व आहे. परंतु तो व्यक्तीगत नाही. असे होऊ शकते की हे केवळ माझा माझ्यावरील विश्वासावरचा विश्वास आहे आणि त्याचा अहंकार नाही केल्या जाऊ शकत. अहंकार तर वाईट गोष्टीचा केला जातो. असा अहंकार ठीक आहे ? मला तर त्या अंहकाराने नास्तीकवादी ठरवले आहे. अथवा या विषयाचा खूप सावधानपूर्वक अभ्यास केल्याने आणि त्यावर खूप विचार केल्यानंतर मी ईश्वरावर अविश्वास दाखवला आहे.

हे समजून घेण्यास मी पूर्णपणे असमर्थ ठरलो आहे की वाईट गोष्टीचा अहंकार किंवा वृथा अभिमान कशाप्रकारे एखाद्या व्यक्तीच्या ईवरावर विश्वास ठेवण्याच्या मार्गात अडथळा ठरू शकतं ? एखाद्या वास्तवात महान व्यक्तीच्या महानतेला मान्यता न देणे, हे त्यावेळी होऊ शकतं, ज्यावेळी मला थोडे असे यश प्राप्त झाले आहे ज्याच्या मी लायक नाही किंवा माझ्यात तो गुण नाही, जे यासाठी आवश्यक आहे. इतके तर समजते. परंतु असे कसे होऊ शकते की एक व्यक्ती, जो ईश्वरावर विश्वास ठेवतो, तो अहंकारी बनल्यामुळे अचानक ईश्वरावर विश्वास ठेवणे बंद करील. दोनच मार्ग शक्य आहेत. एक तर मनुष्य स्वतःला ईश्वर किंवा प्रतिस्पर्धी समजू लागेल किंवा स्वतःलाच ईश्वर समजू लागेल. हे दोन्ही करताना तो खरा अस्तिक बनू शकतो. पहिल्या आवस्थेत तो त्याच्या प्रतिस्पर्ध्याच्या अस्तित्त्वाला नाकारतच नाही. दुसऱ्या आवस्थेत देखील तो एक अशी चेतनेच्या अस्तित्त्वाला मानतो, जो पडद्याच्या मागे राहून विश्व संचलित करण्याचं कार्य करतो. मी तर त्या सर्वशक्तीमान परम आत्म्याच्या अस्तित्त्वालाच

नकार देतो. हा अंहकार नाही, ज्याने मला नास्तीकतेचा सिद्धांत ग्रहण करण्याची प्रेरणा दिली. मी ना प्रतिस्पर्धी आहे, ना एक आवतार आणि स्वयं परमात्मा. हा आरोप अमान्य करण्यासाठी चला, सत्यावर प्रकाश टाकू. माझ्या या मित्राच्या म्हणण्यानुसार, दिल्ली बॉम्ब खटल्यात आणि लाहोर खटल्याच्या दरम्यान मला जे अनावश्याक यश आले, कदाचित त्यामुळे मी वृथा अभिमानी बनलो असावा.

माझा अस्तिकवाद काही आज कालचा उपजलेला नाही. मी प्रसिद्ध नव्हतो तेव्हापासून मी ईश्वरावर विश्वास ठेवत नाही. किमान कॉलेजचा एक तरूण तरी असा वृथा अहंकार पाळू शकत नाही, जो त्याला नास्तीक ठरवील. असे असले तरी मी काही प्राध्यापकांचा आवडता होतो, तसेच काहींना मी ठीक वाटत नव्हतो. परंतु मी कधीही अभ्यासू आणि कष्टाळू विद्यार्थी नव्हतो. अहंकारासारख्या भानगडीत पडण्याची वेळ माझ्यावर आली नाही. मी तर फारच लाजाळू असा तरूण होतो, ज्याला भविष्याबद्दल फारसा रस नव्हता. माझे वडील ज्यांच्या प्रभावाखाली मी मोठा झालो, एक रूढीवादी आर्य समाजी आहेत. एक आर्य समाजी, कोणीही असेल पण नास्तीक असू शकणार नाही. माझे प्रार्थमीक शिक्षण पूर्ण केल्यांनतर मी डी. वी. स्कुल, लाहोरमध्ये प्रवेश घेतला आणि पूर्ण एक वर्षे तिथे वस्तागृहात घालवले. तिथे सकाळी आणि सायंकाळी मी गायत्री मंत्राचे पठण केले आहे. त्यावेळी मी पूर्ण भक्त होतो. नंतर मी माझ्या वडीलाकडे रहायला सुरूवात केली. प्रश्न जर धार्मिकतेचा असेल, तर ते एक उदारवादी व्यक्ती आहेत. त्यांच्या शिकवणीमुळेच मला स्वातंत्र्यासाठी आपले जीवन समर्पित करण्याची प्रेरणा मिळाली. परंतु ते नास्तीक नाहीत. त्यांचा ईश्वरावर दृढ विश्वास आहे. ते मला दररोज पूजा-प्रार्थनेसाठी प्रोत्साहीत करीत असत. अशाप्रकारे माझे पालन पोषण झाले. असहकार आदोलनाच्या काळात राष्ट्रीय कॉलेजात प्रवेश घेतला. इथे यऊन मी सर्व धार्मिक समस्या, इतके की ईश्वराच्या अस्तित्त्वाच्या संदर्भात उदारतापूर्वक विचार केला तसेच त्यावर टीका करणे सुरू केले. परंतु अद्यापही मी पक्का अस्तिक होतो. त्यावेळापर्यंत लांब केस ठेवत असे. असे असले तर माझा कधी सिख किंवा इतर धर्मांच्या पौराणिक आणि सिद्धांतावर विश्वास बसत नव्हता. परंतु ईश्वरावर माझा गाढा विश्वास होता. नंतर मी क्रांतीकारी पार्टीत सहभागी झालो. तिथे ज्या पहिल्या नेत्यासोबत माझा संपर्क आला ते तर पक्का विश्वास नसताना देखील ईश्वराचे अस्तित्त्व नाकारण्याचे धाडस करू शकत नव्हते. ईश्वराच्या संदर्भात माझा हट्टपूर्वक विचारत राहिल्याने ते म्हणत, 'यावेळी इच्छा होईल, त्यावेळी पूजा करीत जा.' ही नास्तीकता आहे, जिच्यात धाडसाचा अभाव आहे. दुसरा नेता, ज्याच्या

मी संपर्कात आलो, पक्के श्रद्धाळू आदरणीय कॉम्रेड शचीद्र नाथ सन्याल आजकाल काकोरी खटल्यात आजीवन कारावास भोगत आहेत. त्यांचे पुस्तक 'बंदी जीवन' ईश्वराची महिमा जोरदार गाणारे आहे. त्यांनी त्यात ईश्वरावर पुष्प रहस्यात्मक वेदांतामुळे वर्षाव केला आहे. २८ जानेवारी, १९२५ रोजी पूर्ण भारतात जो 'दि रिव्होल्यूशनरी' क्रांतीकारी' पत्रक वितरीत करण्यात आले होते, ते त्यांच्याच बौद्धिक श्रमाचा परिणाम होता. त्यात सर्वशक्तीमान आणि त्याची लीला तसेच कार्याची प्रशंसा करण्यात आली. ईश्वरावरचा माझा अविश्वास क्रांतीकारी गटात देखील कमी झाला नव्हता. काकोरी कटाच्या चारही शहीदांने शेवटचा दिवस प्रार्थनेत घालवला. राम प्रसाद बिस्मिल' एक परंपरावादी आर्य समाजी होते. समाजवाद तसेच साम्यवादाचा दांडगा अभ्यास केल्यानंतर उपनिषेद तसेच गीतेचें श्लोक पठण केल्यावाचून राहिले नाहीत. मी त्या सर्व लोकांत केवळ एकाच व्यक्तीला पाहिले आहे, ज्याने कधी प्रार्थना केली नाही आणि म्हणत होता, तत्त्वज्ञान मनुष्याची कमजोरी अथवा ज्ञान मर्यादित असल्याने उत्पन्न होत. ते पण आजीवन कारावासाची सजा भोगत आहेत. परंतु त्यांनी पण ईश्वराचे अस्तित्त्व नाकारण्याची हिंमत केली नाही."

या वेळेपर्यंत मी एक रोमँटिक आदर्शवादी क्रातीकारक होतो. आतापर्यंत आम्ही इतरांचे अुनेकरण करीत होतो. आता जबाबदारी घेण्याची वेळ आली होती. हा माझ्या क्रांतीकारी जीवनाचा एक निर्णायक मुद्दा होता.

शिक्षणाची हाक माझ्या मनाच्या गल्लीपर्यंत हाक मारत होती. विरोधकाद्वारे केलेल्या तर्काचा सामना करण्यायोग्य बनण्यासाठी अभ्यास करणे गरजेचे आहे. आपल्या मताच्या बाजूने तर्क देण्यासाठी सक्षम होण्यासाठी वाचन करा. मी वाचन सुरू केले. यामुळे माझे जुने विचार व विश्वास अद्‌भूत स्वरूपात फुलले. रोमांसची जागा गंभीरतेने घेतली. ना अधिकचा रहस्यवाद, ना अंधश्रद्धा. सत्यवाद आमचा आधार बनला. मला जागतिक क्रांतीच्या संदर्भात वाचण्याची खूप संधी मिळाली. मी दहशतवादी नेता बाकुनिनला वाचले. थोडा साम्यवादाचे जनक मार्क्स वाचला, परंतु जास्त वाचला तो लेनिन, ट्रॉटस्की व इतर लोकांना वाचले. ज्यांनी त्यांच्या देशात यशस्वी क्रांती केली होती. हे सगळे नास्तीक होते. नंतर मला निरलंब स्वामीचे पुस्तक 'सहज ज्ञान' मिळाले. यात रहस्यवादी नस्तीकता होती. १९२६ च्या अंतापर्यंत मला या गोष्टीचा विश्वास झाला की सर्वशक्तीमान परमात्म्याचा विषय, ज्याने ब्रह्मांडाला सृजन, दिग्दर्शन आणि संचालन केले, निव्वळ बकवास आहे. मी माझा हा अविश्वास प्रदर्शित केला. मी या विषयावर मित्रांसोबत चर्चा केली. मी एक जाहीर नास्तीक बनलो होतो.

मे १९२७ मध्ये लाहोरमध्ये अटक झाली. रेल्वे पोलिस कोठडीत मला एक महिना घालवावा लागला. पोलिस अधिकाऱ्याने मला सांगितले की मी लखनौत होतो, जिथे काकोरी कटाचा खटला चालू होता, मी त्यांना सोडवण्याच्या एखाद्या योजनेवर चर्चा केली, त्यांची सहमती मिळाल्यांनतर आम्ही काही बॉम्ब प्राप्त केले होते, १९२७ मध्ये दसऱ्याच्या वेळी त्या बॉम्ब पैकी एक प्रयोग म्हणून गर्दीच्या ठिकाणी फेकला, जर मी क्रांतीकारकांच्या हालचालीवर प्रकाश टाकणारे वक्तव्य केले, तर मला अटक केल्या जाणार नाही आणि या उलट मला कोर्टात साक्षीदार म्हणून सादर न करता सोडून दिल्या जाईल आणि बक्षीस दिल्या जाईल. मी या प्रस्तावावर हसलो. हे सगळं बेकार होतं. आम्ही लोकांचा विचार करणारे आहोत, निर्दोष जनतेवर बॉम्ब फेकणारे नाहीत. एका सकाळी सी. आई डी. चे वरिष्ठ अधिक्षक श्री न्यूमन म्हणाले की जर मी असे वक्तव्य नाही केले, तर मला काकोरी कटात सहभागी असल्याचे दसरा उपद्रवात क्रुर हत्येसाठी खटला चालवला जाईल. आणि त्यांच्याकडे माझ्यावर करण्यात येणारे आरोप आणि फासावर देण्यासाठी लागतात ते सर्व पुरावे आहेत. त्या दिवसापासून दोन पोलिसांनी मला ईश्वराची प्रार्थना करण्यासाठी भाग पाडणे सुरू केले. पण आता मी नास्तीक होतो. मी स्वतःसाठी हे ठरवत होतो की काय शांती आणि आंनदाच्या दिवसात मिच नास्तीक असल्याचे ढोंग करीत आहे. किंवा अशा कठीण काळात देखील मी त्या सिद्धांतावर ठाम राहू शकत होतो. खूप विचार केल्यांनतर मी निश्चय केला की कोणत्याही प्रकारे ईश्वरावर विश्वास तसेच प्रार्थना नाही करू शकत. नाही, एका क्षणासाठी देखील मी नाही केली. ही खरी परीक्षा होती आणि मी यशस्वी ठरलो. आता मी एक पक्का नास्तीक होतो आणि तेव्हापासून आजपर्यंत. या परीक्षेत यशस्वी होणे सोपे काम नव्हते. 'विश्वास' कष्ट कमी करतो. इतके की त्यांना सुखदायक बनवतो. ईश्वरात मुनष्याला अत्यंत सांत्वना देणारा एक आधार मिळू शकतो. त्याशिवाय मनुष्याला स्वतःवर अवलंबून रहावे लागते. तूफान आणि वादळात स्वतःच्या पायावर उभे असणे पोरखेळ नाही. परीक्षेच्या या प्रसंगी अहंकार वगैरे असेल, तर वाफ बनून उडून जातो आणि मुनष्य त्याच्या विश्वासाला नाकारण्याचे धाडस नाही करू शकत. जर असे केले, यातून हा निष्कर्ष निघतो की त्याजवळ फक्त अहंकार नाही तर इतर शक्ती पण आहे. आज अगदीच तशीच स्थिती आहे. निर्णय काय असेल माहित आहे. एका आठवड्याच्या आतच हे जाहीर केल्या जाईल की मी माझे जीवन एका ध्येयासाठी अर्पण करणार आहे. या विचाराशिवाय आणखी काय सांत्वना असू शकते. ईश्वरावर विश्वास ठेवणारा हिंदू पुनर्जन्मानंतर राजा होण्याची आशा बाळगू

शकतो. एक मुसलमान किंवा ख्रिश्चन स्वर्गात व्याप्त समृद्धीच्या आनंदाची तसेच आपल्या कष्ट आणि बलिदानासाठी बक्षीसाची कल्पना करू शकतो. परंतु मी काय आशा करू ? मी जाणतो की ज्या क्षणी फासीचा दोर माझ्या गळ्यावर चढेल आणि माझ्या पाया खालचे काढून टाकले जाईल, तो पूर्ण विराम असेल-तो शेवटचा क्षण असेल. मी किंवा माझा आत्मा सगळं तिथेच समाप्त होईल. पुढे काहीच असणार नाही. एक लहान असा तडफडणारा जीव. ज्याचा फारसा गौरवशाली शेवट नाही, स्वतःच एक पुरस्कार असेल-जर माझ्याकडे या दृष्टीने पहाण्याचे धाडस असेल. कसल्याही स्वार्थाशिवाय इथे किंवा यानंतर पुरस्काराची इच्छा न बाळगता, मी अनासक्त भावनेने आपल्या जीवनाला स्वातंत्र्यासाठी समर्पित केले आहे, कारण की मी दुसरं काही करू शकत नाही. ज्या दिवशी मला या मनोवृत्तीचे खूप सारे स्त्री-पुरूष भेटतील, ज्यांनी त्यांच्या जीवनाला मनुष्याची सेवा आणि पीडीत मानवतेचा उद्धाराशिवाय समर्पित केलेले नाही, त्या दिवशी मुक्तीच्या युगाचा प्रारंभ होईल. ते शोषक, पीडित आणि अत्याचारी यांना आव्हान देण्यासाठी तयार असतील. यासाठी नाही की त्यांना राजा बनायचे आहे किंवा एखादा पुरस्कार प्राप्त करायचा आहे. किंवा पुढच्या जन्मी किंवा मेल्यांनतर स्वार्गात. त्यांना मानवतेच्या गळ्याभोवतीचा दोर काढून फेकायचा आहे आणि मुक्ती तसेच शांतता प्रस्थापित करण्यासाठी हा मार्ग धरावा लागेल. काय ते या मार्गावरून चालतील जो स्वतःसाठी खतरनाक परंतु त्यांच्या आत्म्यासाठी एक काल्पनीक मार्ग आहे. काय या महान ध्येयासाठी त्यांच्या गर्वाला अहंकार म्हणून चुकीचा अर्थ काढला जावा ? अशा प्रकारचे चुकीचे विशेषण कोण लावणार आहे ? एक तर मूर्ख किंवा धूर्त ? आपण त्याला क्षमा केली पाहिजे. कारण तो त्याच्या हृदयात उच्च विचार, भावना आवेग तसेच त्याची सखोलता समजू शकत नाही. त्याचे हृदय मांसाच्या एका तुकड्याप्रमाणे मृत आहे. त्याच्या नेत्रावर इतर स्वार्थाची सावली पडल्याने ती कमजोर झाले आहेत. स्वतःवर विश्वास ठेवण्याच्या गुणाला नेहमी अहकांर असे नाव दिल्या जाऊ शकते. हे दुःखदायक आणि वेदनादायक आहे, पण मार्ग काय आहे ?

टीका आणि स्वतंत्र विचार क्रांतीकारकाचे दोन्ही अनिवार्य गुण आहेत. कारण की आपल्या पुर्वजांनी कोण्या परम आत्म्यावर विश्वास ठेवला होता. शेवटी कोणताही व्यक्ती जो त्या विश्वासाला सत्यता किंवा त्या परम आत्म्याच्या अस्तित्त्वाला आव्हान देतो, त्याला अधर्मी, विश्वासघातकी म्हटल्या जाईल. त्यांचे तर्क इतके खरे आहेत की त्यांचे खंडन केल्या जाऊ शकत नाहीत. आणि त्यांची श्रद्धा इतकी बळकट आहे की

तिला ईश्वराच्या प्रकोपाची भीती दाखवून दाबल्या जाऊ शकत नाही, असे म्हणून त्याच्यावर टीका केली जाईल की तो वृथा अहंकारी आहे. हा माझा अहंकार नव्हता, ज्याने मला नास्तीक बनवले. माझ्या तर्काची पद्धती समाधानकारक सिद्ध होते किंवा नाही याचा निर्णय माझ्या वाचकांना करायचा आहे, मला नाही. मला माहित आहे की ईश्वरावरील विश्वासाने माझे जीवन सोपे आणि माझ्यावरील ओझे हलके केले असते. त्यावर माझा अविश्वास असल्याले सर्व वातावरण अत्यंत शुष्क केले आहे. थोडासा रहस्यवाद याला काव्यमय बनवू शकतो. परंतु माझ्या नशीबाला कोण्या उन्मादाचा सहारा नको आहे. मी वास्तववादी आहे. मला शेवटी निसर्गावर विवेकाच्या मदतीने विजय प्राप्त करायचा आहे. या ध्येयात मी नेहमीच यशस्वी झालो नाही. प्रयत्न करणे मनुष्याचे कर्तव्य आहे. यश तर योगायोग आणि वातावरणावर अवलंबून आहे. कोणीही मनुष्य, ज्याच्यात थोडी देखील विवेकशक्ती आहे, तो त्याच्या वातावरणाला तार्किक स्वरूपात समजून घेईल. जिथे थेट पुरावा नाही, तिथे तत्त्वज्ञानाचे महत्त्व आहे. जेव्हा आपल्या पूर्वजांनी रिकाम्या वेळेत विश्वाच्या रहस्याला, त्याच्या भूतकाळाला, वर्तमान तसेच भविष्याला, का आणि कसे समजून घेण्याचा प्रयत्न केला, तेव्हा थेट परिणामाचा कठीण अभाव असताना प्रत्येक व्यक्तीने या प्रश्नांना त्यांच्या पद्धतीने उत्तर दिले. हेच कारण आहे की प्रत्येक धर्मिक मतामध्ये आपल्याला फार फरक दिसतो. जे कधी कधी शत्रुत्व तर कधी भांडणाचे रूप धारण करते. केवळ पूर्व आणि पश्चिम मतामध्ये फरक आहे असे नसून पृथ्वीवरील सर्वच धार्मिक मतामध्ये फरक आहे. पूर्वकीडील धर्मात, इस्लाम तसेच हिंदू धर्मात थोडाही सारखेपणा नाही. भारतातीत बौद्ध तसेच जैन धर्म त्या ब्राह्मणवादापेक्षा फार वेगळे आहेत. ज्यात स्वतः आर्य समाज आणि सनातन धर्मासारखे विरोधी मत आढळतात. जुन्या काळात एक स्वतंत्र विचारवंत होते, चार्वाक. त्यांनी त्या काळातच ईश्वरी अस्तित्त्वाला आव्हान दिले होते. प्रत्येक व्यक्ती स्वतःला योग्य ठरवतो. दुर्देवाची गोष्ट आहे की जुन्या विचारवंताचे न ऐकता तसेच विचारांना भविष्यात अज्ञानतेविरूद्ध संघर्षाचा आधार बनवून आपण आळशाप्रमाणे, जे आपण सिद्ध झालो आहोत, त्यांच्या कथनात अविचल तसेच संशयहीन विश्वासाची हाक मारत राहिलो आहोत आणि अशाप्रकारे मानवतेच्या विकासाला जड बनवण्याचे दोषी ठरलो आहोत.

केवळ विश्वास आणि अंधविश्वास खतरनाक आहे. ते मेंदूला मंद आणि मनुष्याला प्रतिक्रियावादी बनवते. जो मनुष्य वास्तववादी असण्याचा दावा करतो, त्याला समस्त प्राचीन रूढीगत विश्वासाला आव्हान द्यावे लागेल. प्रचलित मतांना तर्काच्या कसोटीवर

उतरावे लागेल. जर ते तर्काला उत्तर देऊ शकले नाहीत, तर त्याला काही अर्थ उरणार नाही. त्यावेळी नव्या तत्त्वज्ञानाच्या स्थपनेसाठी त्यांना पूर्ण संपवून ती जागा रिकामी करा आणि जुन्या विश्वासाच्या काही गोष्टींचा प्रयोग करून पुनर्निर्माण करा. मी प्राचीन विश्वासाच्या खरेपणावर प्रश्न करण्याच्या संबंधाने खात्री बाळगून आहे. मला पूर्ण विश्वास आहे की एक चेतन परमात्म्याचे, जो विश्वाला संचलित करतो, त्याचे कसलेही अस्तित्त्व नाही. मी निसर्गावर विश्वास ठेवतो आणि समस्त प्रगतशील आंदोलनाचे ध्येय मनुष्याद्वारा आपली सेवेसाठी निसर्गावर विजय प्राप्त करणे समजतो. तिला दिशा देण्याच्या मागे कोणती अज्ञात शक्ती नाही आहे. हे माझे तत्त्वज्ञान आहे. मी अस्तिकांना काही प्रश्न विचरू इच्छितो.

जर तुमचा विश्वास असेल की एक सर्वशक्तीमान, सर्वव्यापी आणि सर्वज्ञानी ईश्वर आहे, ज्याने ईश्वाची निर्मिती केली, तर कृपा करून मला सांगा की त्याने ही रचना का केली ? कष्ट आणि संतापाने भरलेले जग-असंख्य दुःखाचे शाश्वत अनंत गुंतागुंतीने ग्रासीत ! एकही व्यक्ती पूर्णपणे समाधानी नाही. कृपाया असे म्हणू नका हाच नियम आहे. तो जर एखाद्या नियमाशी बांधलेला असेल तर तो सर्वशक्तीमान नाही. तो देखील आपल्यासारखा नियमांना बांधलेला आहे. कृपा करून असे म्हणू नका की हे त्याचे मनोरंजन आहे. निरोने केवळ एक रोम जाळले होते. त्याने फार थोड्या लोकांची हत्या केली होती. त्याने तर फार थोडे दुःख पैदा केले, त्या मनोरंजनासाठी. त्याचे इतिहासात काय स्थान आहे ? इतिहासकार त्याला कोणत्या नावाने ओळखतात? सगळे वाईट विशेषण त्याला लावतात. त्याच्या निंदेने कोरे कागद भरलेले आहेत. टीका करतात, निरो एक हृदयहीन, निर्दयी, दुष्ट होता. एक चंगेजखानने त्याच्या आनंदासाठी हजारो जीव घेतले आणि आज त्याच्या नावाची घृणा करतो. तेव्हा कशाप्रकारे तुम्ही तुमच्या ईश्वराला योग्य ठरवीता ? त्या शाश्वत निरोला, जो दररोज, प्रत्येक तासाला आणि प्रत्येक मिनीटाला असंख्य दुःख देत राहिला, जो चंगेजखानपेक्षा प्रत्येक क्षणी अधिक आहे ?

काय हे सगळं नंतर या निर्दोष कष्ट सोसणाऱ्याला पुरस्कार आणि चूक करणाऱ्याला शिक्षा देण्यासाठी होत होते ? ठीक आहे ! तुम्ही कुठपर्यंत त्या व्यक्तीला योग्य ठरवणार, जो आपल्या शरीरावर जखम करण्याचे धाडस यामुळे करतो की नंतर मुलायम आणि आरामदायक मलम लावणार आहे ? ग्लॅडियटर संस्थेचे व्यवस्थापक कुठपर्यंत योग्य करीत होते की भुकेल्या रानटी वाघांच्या समोर मनुष्याला फेकून द्यावे, तो त्यातून जर सूटका करू शकला, तर त्याची खूप काळजी घेतल्या जायची. म्हणून

मी विचारतो की त्या चेतन परमात्म्याने हे विश्व आणि त्यात मनुष्याची रचना का केली आहे ? मजा घेण्यासाठी ? मग त्याच्यात आणि निरोत काय फरक आहे ?

तुम्ही मुसलमान आणि ख्रिश्चनांनो ! तुम्ही तर पूर्व जन्मावर विश्वास ठेवत नाहीत. तुम्ही तर हिंदूसारखे असा तर्क करू शकत नाही की प्रत्यक्षात निष्पाप व्यक्तीचे कष्ट त्यांच्या पूर्वजन्मीच्या कर्माचे फळ आहे. मी तुम्हाला विचारतो की त्या सर्वशक्तीशालीने शब्दाद्वारा विश्वाच्या उत्पत्तीसाठी सहा दिवस इतके परिश्रम का घेतले ? आणि प्रत्येक दिवशी तो का म्हणतो की सर्व ठीक झाले आहे ? त्याला आज बोलवा. त्याला मागचा इतिहास दाखवा. त्याला आजच्या परिस्थितीचा अभ्यास करू द्या. मी पहातो की सर्व ठीक आहे असं बोलण्याचं धाडस तो कसा करतो ? कारावासाच्या काळ कोठडीपासून ते झोपडीपर्यंत भुकेने व्याकूळ लोखो व्यक्तीपासून त्या शोषित कामगारापासून भांडवलवादी राक्षसाद्वारा रक्त शोषणाच्या क्रियेला धाडसाने निरूत्साने पहात आहे तसेच त्या मानवशक्तीची बर्बादी पहात आहे, जे पाहून कोणीही व्यक्ती, ज्याला थोडेफार सामान्य ज्ञान आहे, भीतीने थरथर करील आणि अतिरिक्त उत्पन्नाला गरजू लोकांत वाटण्याऐवेजी समुद्रात फेकून देणे ठीक समजण्यापासून राजाच्या त्या महालापर्यंत ज्याचा पाया मानवी हाडावर आहे-त्याला हे सगळं पाहू द्या आणि मग त्याने म्हणावं सगळं ठीक आहे ! कुठे आणि काय ? हाच माझा प्रश्न आहे. तुम्ही गप्प आहात, तर मी पुढे चालतो.

आणि तुम्ही हिंदूनो, तुम्ही सांगत आहात की आज तुम्ही जे दुःख भोगत आहात, ते पूर्वजन्मीचे पाप आहे आणि आज जे चांगले दिवस घालवत आहेत ते मागील जन्मी साधु पुरूष होते, म्हणजे ते सत्ता उपभोगत आहेत. मला असे गृहीत धरावे लागते की तुमचे पूर्वज फार चलाख व्यक्ती होते. त्यांनी असे सिद्धांत सांगितिले, ज्यात तर्क आणि अविश्वास यांना निष्फळ ठरविण्याची शक्ती आहे. न्यायशास्त्राच्या शिक्षेला गुन्हेगारावर होणाऱ्या परिणामाच्या आधारावर केवळ तीन कारणामुळे योग्य ठरविल्या जाऊ शकते. ते आहे-प्रतिकार, भीती तसेच सुधारणा. आज सर्व प्रगतीशील विचारवंताद्वारा प्रतिकाराच्या सिद्धांतावर टीका केली जाते. भयभीत करणाऱ्या सिद्धांताचा देखील अंत तोच आहे. सुधारणा करण्याचा सिद्धांतच केवळ आवश्यक आहे आणि मानवतेच्या प्रगतीसाठी अनिवार्य आहे. याचे ध्येय गुन्हेगाराला योग्य आणि शांतीप्रिय नागरीक म्हणून समाजाला परत द्यावे लागेल. परंतु जर आपण मनुष्याला गुन्हेगार देखील समजले, तर ईश्वराद्वारा त्यांना देण्यात आलेली शिक्षेचे स्वरूप काय आहे ? तुम्ही म्हणता त्यांना गाय, बैल, वृक्ष, वनस्पती किंवा प्राणी म्हणून जन्माला घातले जाते. तुम्ही ८४ लाख शिक्षा

मोजता. मी विचारतो की मनुष्यावर याचा काय चांगला परिणाम होतो ? तुम्ही अशा किती लोकांना भेटले आहात, जे असे म्हणतात की ते पाप केल्यामुळे गाढव म्हणून जन्माला आले आहेत. एकही नाही. तुमच्या पुराणातील उदाहरणे देऊ नका. माझ्याकडे तुमच्या पुराणातील कथांसाठी कोणतीही जागा नाही. आणि काय तुम्हाला माहीत आहे काय की या जगात सर्वात मोठे पाप काय असेल तर ते आहे गरीब असणे. गरीबी एक अभिशाप आहे. ही एक शिक्षा आहे. मी विचारतो की शिक्षाप्रणालीचे किती समर्थन करायचे, मनुष्याला आणखी गुन्हा करण्यास प्रेरित करील. काय तुमच्या ईश्वराने असा विचार केला नव्हता किंवा त्याला देखील मनुष्य किती दुःख भोगतो याचा अनुभव घेऊनच शिकायचे होती ? तुम्ही काय विचार करता, एखादा गरीब किंवा अज्ञानी परिवार, जसा की चर्मकाराच्या घरी जन्माला येणे व्यक्तीचे काय मोठेपण आहे ? कारण तो गरीब आहे, म्हणून तो शिक्षण नाही घेऊ शकत. तो त्याच्या सहकार्याकडून तिरस्कृत तसेच त्यागलेला असतो, जे वरच्या जातीत जन्माला आल्यामुळे स्वतःला वरचे समजतात. त्याचे अज्ञान, त्याची गरीबी, तसेच करण्यात आलेला व्यवहार त्याच्या हृदयाला समाजाबद्दल निष्ठूर बनवतो. त्याने एखादे पाप केल्यास तर त्याची परतफेड कोण करील ? ईश्वर, तो स्वतः किंवा समाजाचे त्याचे भक्त ? आणि त्या लोकांच्या शिक्षेच्या संदर्भात काय करायचं, ज्यांना ढोंगी ब्राह्मणांनी मुद्दाम अज्ञानी ठेवले तसेच ज्यांना तुमच्या ज्ञानाची पवित्र पुस्तके वेदांची काही वाक्ये ऐकल्यामुळे कानात वितळलेले शिसे ओतण्याची शिक्षा भोगावी लागत होती ? ते जर गुन्हा करीत असतील, तर त्यासाठी कोण जबाबदार आहे ? शिक्षा कोण भोगेल ? माझ्या प्रिय मित्रांनो ! सर्व संपत्ती आपल्याकडेच कशी ठेवायची याचा हा सिद्धांत आहे. हा सिद्धांत सांगून ते त्यांची शक्ती, भांडवल तसेच उच्च असल्याच्या सिद्धांताला योग्य ठरवितात. अपटान सिंक्लेअरने लिहिले होते की मनुष्याला केवळ अमरत्वाचा विश्वास द्या आणि त्यानंतर त्यांची सर्व संपत्ती लुटून घ्या. तो कसलीही तक्रार न करता या कामी तुमची मदत करील. धर्माचे धर्मगुरू तसेच सत्ताधारी यांच्या युतीनेच जेल, फासी आणि असे सिद्धांत जन्म घेतात.

मी विचारतो, तुमचा सर्वशक्तीमान ईश्वर प्रत्येक व्यक्तीला का नाही त्यावेळी थांबवत, ज्यावेळी तो एखादे पाप किंवा गुन्हा करीत असतो ? हे तो फार सहज करू शकतो. त्याने चढाईखोर राजाची लढण्याची वृत्ती नष्ट केली आणि अशाप्रकारे विश्वयुद्ध झाल्याने मानवतेवर आलेल्या संकटापासून वाचवले ? ईश्वराने इंग्रजापासून भारताला मुक्त करण्याचा विचार का नाही केला ? तो भांडवलदारांच्या मनात हा परोपकारी

विचार का भरवत नाही की त्यांनी उत्पादनाच्या साधनावर असलेला मालकी हक्क त्यागावा आणि अशाप्रकारे केवळ संपूर्ण श्रमिक वर्गच, नाहीतर समस्त मानवजातीला भांडवलदारांच्या जोखडातून मुक्त करीत ? तुम्हाला समाजवाद किती व्यवहारीक आहे, यावर तर्क करायचा आहे. मी ते तुमच्या सर्वशक्तीमानावर सोपवतो, त्याने तो लागू करावा. जितका सामान्य लोकांच्या कल्याणाचा विषय आहे, लोकांना समाजवादाचे गुण माहित आहेत. समाजवाद व्याहारीक नसल्याचे सांगून ते विरोध करू शकतात. परमात्म्याला बोलवा आणि समाजवाद ठीक करा म्हणावं. इंग्रजाचे राज्य इथे यामुळे नाही की ईश्वराला वाटते की त्याच्याकडे शक्ती आहे आणि आमच्यात त्याला विरोध करण्याची हिंमत नाही आहे. त्यांनी आपल्याला त्याच्या प्रभावाखाली ईश्वराच्या मदतीने ठेवले नाही. तर बंदूक, राइफल्स, बॉम्ब आणि गोळ्या, पोलिस आणि सेना यांच्या मदतीने. ही आमची उदासिनता आहे की ते समाजाच्या विरूद्ध सर्वांत मोठा गुन्हा, एका देशाने दुसऱ्या देशावर अत्याचारपूर्ण शोषण-यशस्वीपणे करीत आहेत. कुठे आहे ईश्वर ? तो काय मनुष्य जातीच्या या दुःखाची गंमत पहात आहे ? एक निरो, एक चंगेज, त्याचा विनाश होवो !

तुम्हाला मला असे विचारायचे आहे की या जगाची निर्मिती तसेच मानव जातीची निर्मिती कशी झाली ? ठीक आहे, मी तुम्हाल सांगतो. चार्ल्स डार्वीनने या विषयावर बराच प्रकाश टाकण्याचा प्रयत्न केला आहे. ते वाचा. ती एक निसर्ग घटना आहे. विभिन्न पदार्थांच्या, स्वभाविक आकरात, अचानक मिश्रणाने पृथ्वी बनली. कधी ? इतिहास पहा. याच प्रकारच्या घटनेने जंतू पैदा झाले आणि एक दीर्घ काळानंतर मनुष्य. डार्वीनच्या जीवाची उत्पत्ती वाचा. आणि त्यांनतर सारा विकास मनुष्याद्वारा निसर्गाच्या सतत विरोधात आणि त्यावर विजय प्राप्त करण्याचा प्रयत्न यातून झाला. ही या घटनेची बहुदा सर्वांत लहान व्याख्या आहे.

तुमचा दुसरा तर्क हा असू शकतो की का एक मुलगा लंगडा किंवा आंधळा पैदा होतो ? काय हा त्याच्या पूर्वजन्मी केलेल्या पापाचे फळ आहे ? जीवशास्त्राने या समस्येवर उपाय सांगतिला आहे. निश्चितच तुम्ही आणखी एक बालीश प्रश्न विचारू शकता. जर ईश्वर नाही, तर लोकं त्यावर विश्वास का ठेवतील ? फरक केवळ इतका आहे की ईश्वरावर जगभरात विश्वास ठेवला जातो आणि तत्त्वज्ञान अगदीच विकसित. ईश्वराच्या उत्पत्तीचे श्रेय त्या शोषकाच्या प्रतिभेला आहे, जे परमात्म्याच्या अस्तित्त्वाचा उपदेश सांगून लोकांना त्यांच्या प्रभावाखाली ठेवू इच्छितात तसेच त्यांच्याकडून त्यांच्या विशिष्ट स्थितीचे अधिकार तसेच अनुमोदन मिळवत असत. सर्व धर्म, संप्रदाय, पंथ आणि अशा संस्था शेवटी निर्दयी आणि शोषक संस्था, व्यक्ती तसेच वर्गाचे समर्थक

बनतात. राजाच्या विरूद्ध प्रत्येक धर्मात सदैव पाप राहिले आहे. मनुष्याची मर्यादा ओळखल्यावर, त्याची दुर्बलता व दोष समजल्यावर कसोटीच्या काळात मनुष्याला धाडसाने सामना करण्यासाठी उत्साहीत करणे, सर्व धोक्यांना पुरूषत्वाने तोंड देणे तसेच संपन्नता तसेच ऐश्वर्यात त्याच्या आक्रोशाला बांधण्यासाठी ईश्वराच्या काल्पनीक अस्तित्त्वाची निर्मिती झाली. आपले व्यक्तीगत नियम तसेच अभिवावकीय उदारतेने पूर्ण ईश्वराची चढाओढीने कल्पना तसेच चित्रण केल्या गेले. जेव्हा त्याची तीव्रता तसेच व्यक्तीगत नियमांची चर्चा होते, तर त्याचा उपयोग भीती दाखविण्यासाठी केला जातो. म्हणजे एखादा व्यक्ती समाजासाठी धोकादायक बनणार नाही. ज्यावेळी त्याच्या अभिभावक गुणांची व्याख्या होते, तर त्याचा उपयोग पिता, माता, भाऊ बहिण, मित्र तसेच मदतनीस सारखा केला जातो. जेव्हा मनुष्याला आपल्या सर्व दोस्ताद्वारा विश्वासघात तसेच त्याग केल्याने अंत्यत क्लेशात असेल, तेव्हा पासून या विचाराने सांत्वना मिळू शकते आणि एक साधा मित्र त्याची मदत करायला आहे, त्याला आधार देईल तसेच तो सर्वशक्तीमान आहे काहीही करू शकतो. वास्तवात आदिम काळात हे समाजासाठी उपयोगी होतं. संकटाच्या काळात ईश्वराची कल्पना मनुष्यासाठी उपयोगी होती. समाजाला या विश्वासाच्या विरूद्ध लढावे लागेल. मनुष्य जेव्हा आपल्या पायावर उभे रहाण्याचा प्रयत्न करतो तसेच वास्तववादी बनतो, तेव्हा त्याने श्रद्धेला एकिकडे फेकले पाहिजे आणि आणि ते सर्व संकटं, त्रासांचा सामना धाडसाने केला पाहिजे. परिस्थितीचा सामना केल्या जाऊ शकतो. आज माझी तशीच स्थिती आहे. हा माझा अहंकार नाही, माझ्या मित्रा ! ही माझी विचार करण्याची पद्धत आहे. ज्याने मला नास्तीक बनवले. ईश्वरावर विश्वास ठेवणे आणि दररोज त्याची प्रार्थना हे मी मनुष्यासाठी अंत्यत खालच्या दर्जाचे काम समजतो. मी त्या नास्तीकाच्या बाबतीत वाचले आहे, ज्यांनी सर्व संकटांचा धाडसाने सामना केला होता. शेवटी मी पण एका पुरूषाप्रमाणे फासीचा दोर गळ्यात पडेपर्यंत ताठ मानेने उभा राहू इच्छितो.

मला पहायचे आहे की मी हे कसे करू शकेल. माझ्या एका मित्राने मला प्राथना करण्यास सांगितले आहे. जेव्हा त्याला मी नास्तीक असल्याचे सांगितले तर तो म्हणाला, तुझ्या शेवटच्या दिवसात तू विश्वास ठेवू लागशील. मी म्हणालो, नाही, डियर मित्रा, असे होणार नाही. असे करणे म्हणजे हे माझ्यासाठी अपमानजनक आणि भ्रष्ट झाल्यासारखे होईल. स्वार्थी कारणामुळे मी प्रार्थना नाही करणार." वाचकानो आणि मित्रांनो, काय हा अहंकार आहे ? जर आहे तर मी त्याचा स्वीकार करतो.

●

२१

लहान भाऊ कुलतारच्या नावाने शेवटचे पत्र

(मार्च, १९३१)

सेंट्रल जेल, लाहोर
३ मार्च, १९३१

प्रिय कुलतार,

आज तुझ्या डोळ्यात पाणि पाहून फार दुःख झाले. आज तुझ्या शब्दात फार दुःख होते, तुझे अश्रू मला पहावत नाहीत.

महोदय, हिंमतीने शिक्षण घे आणि तबियतची काळजी घे. धीर धर आणि आणखी काय सांगू !

त्याला काळजी आहे की नवीन वळण काय आहे,
दडपशाहीची परिसीमा काय आहे,
हे पहाण्याची आपल्याला आवड आहे,
खड्ड्याची कशाला तक्रार करावी, चाकाचा काय दोष,
सगळं जग दुश्मन असलं तरी, चला सामना करू,
काही काळाचा पाहूणा आहे मैफलीतला,
जळता निखारा असलो तरी विझणार आहे,
हवेत पसरतील माझ्या आठवणी
मुठभर राख आहे शरीर, काहीच शिल्लक नसेल.

चल भेटू, खूश रहा जन्मभूमित, आपण तर प्रवासी आहोत. हिमतीने रहा. नमस्ते.

तुझा बंधू

भगतसिंह

●

२२
कुलबीरच्या नावाने शेवटचे पत्र
(मार्च, १९३१)

लाहोर सेंट्रल जेल,
३ मार्च, १९३१

प्रिय कुलबीर सिंह,

तू माझ्यासाठी खूप काही केले आहेस. भेटीच्या वेळी पत्राचे उत्तर म्हणून काही लिहून दे असे सांगितलेस. काही अल्फाज (शब्द) लिहावे, हे पहा, मी कोणासाठी काहीही केले नाही, तुझ्यासाठी पण काहीच नाही. आज तर अगदीच संकटात टाकून जात आहे. तुझ्या जीवनाचे काय होईल ? जगण्याचं काय होईल ? हा सगळा विचार करून भीती वाटते, पण बंधू हिंमत ठेव, संकटाला कधी घाबरू नकोस. याशिवाय आणखी काय सांगू. अमेरिकेला जाता आले असते तर बरे झाले असते. आता तर ते पण अशक्य वाटत आहे. हळूहळू कष्टाने शिक्षण घेत जा. सोबतच काही काम शिकता आले तर शिक. परंतु सगळं काही वडीलांना विचारून कर. जितके होईल, प्रेमाने लोकांसोबत वाग. याशिवाय काय सांगू ?

माहीत आहे की आज तुझ्या मनात दुःखाचा सागर धडका मारत आहे. बंधू तुझ्याबद्दल विचार करून माझ्या डोळ्यात अश्रू येत आहेत, पण काय करणार, हिंमत धर. माझ्या प्रिय, माझ्या लाडक्या बंधू, जीवन फार कठोर आहे आणि जग फार खतरनाक. लोक फार निर्दयी आहेत. केवळ प्रेम आणि हिंमतीने होऊ शकेल. कुलतारच्या शिक्षणाकडे पण तुला लक्ष द्यायचं आहे. मला संकोच वाटतो आणि वाईट वाटतं की मी करू तरी काय शकतो. सोबतच तू पाठवलेले पत्र सोबत जोडले आहे. पत्र बहिणीला दे. बरं नमस्कार, प्रिय बंधू भेटू...

तुझा
भगतसिंह

२३
शहीद होण्यापुर्वी मित्रांना शेवटचे पत्र
(मार्च, १९३१)

२२ मार्च, १९३१

मित्रांनो,

स्वाभाविक आहे की जगण्याची इच्छा माझ्यात असायला पाहिजे, मी ती लपवत नाही. परंतु एका अटीवर जिवंत राहू शकतो, मी कैद होऊन किंवा बंदी होऊन जगू इच्छित नाही. माझे नाव हिंदूस्थान क्रांतीचे प्रतिक बनले आहे आणि क्रांतीकारी गटाचा आदर्श आणि कुर्बानीने मला फार उंचीवर नेले आहे. इतके उंच की जिवंत रहाण्याच्या स्थितीत यापेक्षा उंच कधीच असू शकणार नाही.

आज माझी कमजोरी जनतेच्या समोर नाही. जर मी फासावर जाण्यापासून वाचलो तर ते जाहीर होईल आणि क्रांतीचे प्रतिक उरणार नाही किंवा संपेल. परंतु दिलदार पद्धतीने हसत हसत फासावर जाण्याच्या इच्छेने हिंदूस्थानी माता त्यांच्या मुलांनी भगतसिंह बनण्याची इच्छा बाळगतील आणि देशाच्या स्वातंत्र्यासाठी कुर्बानी देणारांची संख्या इतकी वाढेल की क्रांतीला रोखणे साम्राज्यवाद किंवा तमाम सैतानी शक्तीला घाबरणार नाहीत.

होय, एक विचार आजही माझ्या मनात येत आहे की देश आणि मानवतेसाठी काही करण्याची इच्छा मनात होती, त्यापैकी हजारावा भागही पूर्ण करू शकलो नाही. जर स्वतंत्र, जिवंत राहू शकतो तेव्हा कदाचित ते पूर्ण करण्याची संधी मिळते आणि मी इच्छा पूर्ण करू शकतो. याशिवाय माझ्या मनात कोणतीही लालसा फासावर न जाण्याची नाही. माझ्यापेक्षा अधिक नशीबावन कोण असेल ? आजकाल मला माझ्यावर गर्व आहे. आता तर उतावीळपणे अंतिम परीक्षेची प्रतिक्षा आहे. इच्छा आहे की लवकर व्हावी.

आपला सहकारी

भगतसिंह

●

२४

आम्हाला गोळ्या मारण्यात याव्यात

(मार्च, १९३१)

प्रति, पंजाब गव्हर्नर

शिमला

महोदय,

योग्य सन्मानासहित खाली लिहिलेल्या गोष्टी आपल्या सेवेत मांडतो-

भारत सरकारच्या सर्वोच्च अधिकारी व्हाइसरायने एक विशेष अध्यादेश काढून लाहोर कटाच्या आरोपींच्या हिअरिंगसाठी एक विशेष न्यायालय (ट्रिब्यूनल) स्थापन केले होते, ज्याने ७ ऑक्टोबर, १९३० ला आम्हाला फासीची शिक्षा ऐकवली. आमच्या विरोधात सर्वांत मोठा आरोप हा लावला की आम्ही सम्राट जॉर्ज पंचमच्या विरोधात युद्ध केले.

न्यायालयाच्या या दोन निर्णयाने दोन गोष्टी स्पष्ट होतात-

पहिली ही की इंग्रज जाती आणि भारतीय जनतेच्या मध्ये एक युद्ध चालू आहे. दुसरी ही की आम्ही निश्चितपणे या युद्धात भाग घेतला आहे. शेवटी आम्ही युद्धकैदी आहोत.

असे असले तरी यांच्या व्याख्यात फार मर्यादेपर्यंत अतिशयोक्ती करण्यात आली आहे, तथापि आम्ही असे सांगितल्यावाचून रहाणार नाहीत की असे करून सन्मानीत करण्यात आले आहे. पहिल्या गोष्टीच्या संबंधात आम्ही थोडे विस्ताराने मांडू इच्छितो. आमच्या लक्षात येत नाही की प्रत्यक्ष स्वरूपात अशी कोणती लढाई दडलेली आहे. आम्हाला माहित नाही की युद्ध असे संबोधून न्यायालयाला काय सूचित करायचे आहे? परंतु आम्ही ही व्याख्या स्वीकारत आहोत आणि सोबतच तिच्या मूळ अर्थाने समजून घेऊ इच्छितो.

युद्धाची स्थिती

आम्ही सांगू इच्छितो की युद्ध सुरू झाले आहे आणि ही लढाई तोपर्यंत चालेल जोपर्यंत शक्तीशाली व्यक्तीने भारतीय जनता आणि कामगारांच्या उत्पन्नावर त्यांचा अधिकार सांगितला आहे. मग अशी माणसं भारतीय भांडवलदार असोत किंवा विदेशी इंग्रज. त्यांनी हातात हात घालून लूट चालू ठेवली आहे. भारतीय भांडवलदारांच्या माध्यमातून गरीबांचे रक्त शोषण करणे चालू असेल तर ते सारखेच आहे. जर तुमचे सरकार काही नेते आणि किंवा भारतीय समाजाच्या प्रमुखावर प्रभाव पाडण्यात यशस्वी झाले, काही सवलती मिळाल्या, अथवा काही तडजोडी झाल्या, यामुळे पण काही फरक पडत नाही, किंवा जनतेवर याचा अधिक प्रभाव पडत नाही. आम्हाला या गोष्टीची पण काही चिंता नाही की तरूणांना पुन्हा एकदा फसवण्यात आले आहे आणि या गोष्टीची देखील भीती नाही की आमचे राजकीय नेते मार्गभ्रष्ट झाले आहेत आणि ते तडजोडीच्या भानगडीत या निष्पाप, बेघर आणि निराश्रीत त्याग कर्त्यांना विसरले आहेत, ज्यांना दुर्देवाने क्रांतीकारी पार्टीचा सदस्य समजले जाते. आपले राजकीय नेते त्यांना त्यांचा शत्रू समजतात, कारण की त्यांचा हिंसेवर विश्वास आहे, आपल्या वीरांगनांनी सगळे काही त्यागले आहे. त्यांनी त्यांच्या पतींचा बळी दिला आहे, बंधू बळी दिले आहेत, आणि जे काही त्यांच्याजवळ होते सगळं काही देऊन टाकले. त्यांनी स्वतःला देऊन टाकले परंतु आपल्या सरकारने त्यांना विद्रोही समजले. तुमचे दलाल खोट्या कथा सांगून बदनाम करीत असले, पार्टीचे नुकसान करीत असले, परंतु हे युद्ध चालू राहील.

युद्धाचे विभिन्न स्वरूप

होऊ शकते की ही लढाई भिन्न भिन्न दिशेने भिन्नभिन्न स्वरूप धारण करील. एखाद्या वेळी ही लढाई उघड स्वरूप धारण करील, कधी गुप्त पद्धतीने चालू राहील, कधी भयानक रूप धारण करील, कधी शेतकऱ्यांच्या पातळीवर युद्ध चालू राहिल आणि कधी ही घटना इतकी भयानक होऊन जाईल की जीवन आणि मृत्यूपर्यंत जाईल. कोणतीही परिस्थिती असो, तिचा परिणाम होईल. ही आपली पण इच्छा आहे की कोणतीही परिस्थिती निवडा, परंतु ही लढाई चालू राहील. यात लहान लहान गोष्टीकडे लक्ष दिल्या जाणार नाही. फार शक्यता आहे की हे युद्ध भयंकर स्वरूप धारण करील. पण निश्चितच ते तोपर्यंत संपणार नाही जोपर्यंत समाजाची वर्तमान रचना समाप्त होणार नाही, प्रत्येक वस्तूमध्ये परिवर्तन किंवा क्रांती समाप्त नाही होत आणि मानवी सृष्टीत एक नवीन युगाचा सूत्रपात होत नाही.

अंतिम युद्ध

नजिकच्या भविष्यात अंतिम युद्ध छेडले जाईल आणि हे युद्ध निर्णायक असेल. साम्राज्यवाद व भांडवलवाद काही दिवसाचे पाहूणे आहेत. ही ती लढाई आहे जिच्यात आपण प्रत्यक्षपणे भाग घेतला आहे आणि आपल्याला गर्व आहे की या युद्धाला आपण सुरूवात केलेली नाही, ना हे आपण असेपर्यंत चालेल. आपली सेवा इतिहासाच्या त्या प्रकरणात लिहिली जाइल जिला यतींद्रनाथ दास आणि भगवतीचरण यांच्या बलिदानाने विशेष प्रकाशमान केले आहे. त्यांचे बलिदान महान आहे. जितका आपल्या नशीबाचा संबंध आहे, आपण जोरदार शब्दात तुम्हाला सांगू इच्छितो की तुम्ही आम्हाला फासावर देण्याचा निर्णय घेतला आहे. तुम्ही तसे करणारच, तुमच्याकडे सत्ता आहे आणि तुम्हाला अधिकार देखील आहे. अशाप्रकारे तुम्ही ज्याची काठी त्याची म्हैस हा सिद्धांत लागू करीत आहात आणि त्यावर तुम्ही ठाम आहात. आमच्यावर चालवलेला खटला यासाठी पुरावा म्हणून ठीक आहे. आम्ही त्यासाठी विनंती केली नाही किंवा दया दाखवा म्हणूनही अर्ज केला नाही. आम्ही आपणास केवळ ही विनंती करीत आहोत की आपल्या एका न्यायालयाच्या एका निर्णयानुसार आमच्या विरोधात युद्ध चालू ठेवण्याचा खटला आहे. या स्थितीत आम्ही युद्धबंदी आहोत, शेवटी या आधारावर आम्ही आपणास मागणी करीत आहोत की आमच्यासोबत युद्धकैद्यासारखा व्यवहार केला जावा आणि आम्हाला फासीऐवेजी गोळया मारल्या जाव्यात.

आता हे सिद्ध करणे आपले काम आहे की आपल्या न्यायालयाने दिलेल्या निर्णयावर विश्वास ठेवायचा की नाही. आपण आपल्या कार्याद्वारा या गोष्टीचा पुरावा द्या. आम्ही नम्रतापूर्वक विनंती करतो की आपण आपल्या सेना विभागाला आदेश द्या की आम्हाला गोळया घालण्यासाठी सैनिकाच्या एका तुकडीला पाठवण्यात यावे.

आपले

भगतसिंह, राजगुरू, सुखदेव

२५

समाजाच्या नावाने पत्र

(मार्च, १९३१)

समाजाच्या नावाने संदेश म्हणून प्रसिद्ध आणि तरूण राजकीय कार्यकर्त्यांच्या नावाने पत्र' असलेल्या शीर्षकासोबत या कागदपत्राचे अनेक स्वरूप आणि हिंदी अनुवाद उपलब्ध आहे, हे संक्षिप्त आहे. लाहोरच्या पीपल्स मध्ये २९ जुलै, १९३१ आणि इलाहाबादच्या अभ्युदयात ८ मे, १९३१ च्या अंकात याचे काही भाग प्रकाशित झाले होते. हे कागदपत्र इंग्रज सरकारचे गुप्त पुस्तक बंगालमध्ये संयुक्त मोर्चा आंदोलनाच्या प्रगतीवर नोट, ने प्राप्त झाले, ज्याचा लेखक सी. आई डी. अधिकारी सी. ई एस. फेयरवदर होता आणि जे त्याने १९३६ मध्ये लिहिले होते. त्यानुसार हा लेख भगतसिंहने लिहिला होता आणि ३ ऑक्टोबर, १९३१ रोजी श्रीमती विमल प्रभादेवीच्या घरात तपासताना सापडले होते. बहुदा २ फेब्रुवारी १९३१ रोजी हे कागदपत्र लिहिण्यात आले.

तरूण राजकीय कार्यकर्त्यांच्या नावाने पत्र

प्रिय मित्रानो,

यावेळी आपले आंदोलन अंत्यत महत्त्वपूर्ण परिस्थितीतून चालले आहे. एक वर्षाच्या कठोर परिश्रमानंतर गोलमेज परिषदेने आपल्या समोर शासन विधानात परिवर्तनाच्या संबंधाने काही निश्चित गोष्टी समोर आणल्या आहेत आणि कॉंग्रेसचे नेत्यांना निमंत्रण दिले आहे की त्यांनी येऊन शासन विधान तयार करण्याच्या कामात मदत करावी. कॉंग्रेसचे नेते या अशा परिस्थितीत आंदोलनाला स्थगीत करण्याच्या तयारीत दिसत आहेत. ते लोक आंदोलन स्थगीत करण्याच्या बाजूने निर्णय घेतील

किंवा विरोधात, ही गोष्ट आपल्यासाठी महत्त्वाची ठरते. हि गोष्ट निश्चित आहे की वर्तमान आंदोलनाचा अंत कोणत्या ना कोणत्या प्रकारच्या तडजोडीच्या स्वरूपात होणे स्वभाविक आहे. ही दुसरी गोष्ट आहे की तडजोड लवकर व्हावी किंवा उशीरा.

खरे तर तडजोड काही हीन किंवा निंदाजनक गोष्ट नाही, जसे की साधारणतः आपण समजतो. तर तडजोड राजकीय संघर्षाचा अंत्यावश्यक भाग आहे. कोणताही समाज, जो अत्याचारी सरकारच्या विरोधात उभा आहे, होऊ शकतं की सुरूवातीला तो अपयशी ठरेल आणि आपल्या दीर्घकालीन संघर्षाच्या मध्यकाळात अशाप्रकारच्या तडजोडीच्या माध्यमातून काही राजकीय अधिकार पदरात पाडून घेईल. परंतु तो त्याच्या लढाईच्या अंतिम ध्येयापर्यंत पोहचता आपली शक्ती दृढ आणि संघटीत करतो आणि त्याच्या शत्रुवर असा जोरदार हल्ला होतो की सत्ताधारी वर्गाची शक्ती तोपर्यत देखील अशीच इच्छा बाळगून असते की तिने शत्रुसोबत तडजोड करावी. ही गोष्ट रशियाच्या उदाहरणावरून चांगली स्पष्ट होऊ शकते.

१९०५ मध्ये रशियन क्रांतीला सुरूवात झाली. क्रांतीकारी नेत्यांना मोठ्या अपेक्षा होत्या, लेनिन त्यावेळी परदेशातून परत आले होते, जिथे ते आधी गेले होते. ते सगळे आंदोलनाला संचलित करीत होते. लोकांनी कितीतरी जमिनदारांना ठार केले आणि अनेक घरे जाळली, परंतु क्रांती यशस्वी झाली नाही. त्याचा असा परिणाम झाला की सरकार काही मागण्या पूर्ण करण्यास तयार झाले आणि ड्यूमा (पार्लमेंट) स्थापन करण्यात आले. त्यावेळी लेनिनने ड्यूमामध्ये जाण्याचे समर्थन केले, जिचे अधिकार कमी करण्यात आले होते. याचे कारण होते की ते ड्यूमाला त्यांच्या आंदालनासाठी एक स्टेज बनवू पहात होते.

अशाप्रकारे १९१७ नंतर ज्यावेळी जर्मनीसोबत रशियाचा करार हा प्रश्न निर्माण झाला, त्यावेळी एकटे लेनिन त्या कराराच्या बाजूने होते. परंतु लेनिनने म्हटले, शांतता, शांतता आणि शांतता-काहीही झाले तरी शांतता असली पाहिजे. इतकी की आपल्याला रशियाचा काही भाग देखील जर्मनीला द्यावा लागला तरी चालेल, पण शांतता पाहिजे म्हणजे पाहिजे." जेव्हा काही बोल्शवीक नेत्यांने देखील त्यांच्या या धोरणाचा विरोध केला, तेव्हा त्यांनी स्पष्ट सांगितले की "यावेळी बोल्शवीक सरकारला मजबूत करायचे आहे."

जी गोष्ट मी सांगू इच्छितो ती ही आहे की तडजोड देखील एक असे हत्यार आहे, जे राजकीय धावपळीच्या काळात वेळोवेळी वापरावे लागते, ज्यामुळे संघर्ष करून

थकलेल्या क्रांतीकारकांना थोडा आराम मिळाला पाहिजे आणि नंतर ते संघर्षासाठी अधिक शक्तीने तयार व्हावेत. परंतु या सर्व तडजोडी वगळून ज्या गोष्टी आपण विसरल्या नाही पाहिजेत, तो आहे आपला आदर्श जो नेहमी आपल्या समोर असला पाहिजे. ज्या उद्देशासाठी आपण लढत आहोत, त्यासंदर्भातले आपले विचार अगदीच स्पष्ट आणि दृढ असायला हवेत. तुम्ही सोळा आण्यासाठी लढत आहात आणि एक आणा मिळत असेल तर, एक आणा खिशात टाकून पंधरा आण्यासाठी लढणे चालू ठेवा. हिंदूस्थानच्या माडरेटची जी गोष्ट आपल्याला पसंत नाही, ती ही आहे की त्यांच्यासमोर कसलाच आदर्श नाही. ते एक आण्यासाठीच लढत आहेत आणि त्यांना मिळत काहीच नाही.

भारताची वर्तमान लढाई फार तर मध्यमवर्गीयांच्या भरोशावर लढली जात आहे, जिचा उद्देश अतिशय मर्यादित आहे. काँग्रेस दुकानदारं आणि भांडवलदारांच्या माध्यमातून इंग्लडवर आर्थिक दबाव टाकून काही अधिकार मिळवू इच्छित आहे. परंतु देशातील करोडो कामगार आणि जनतेचा प्रश्न आहे, त्यांचा उद्धार इतक्याने होणार नाही. जर देशाची लढाई लढायची असेल, तर कामगार, शेतकरी आणि सामान्य जनतेला पुढे व्हावे लागेल, त्यांना लढाईसाठी संघटीत करावे लागेल. नेते त्यांच्या पुढाकारासाठी काहीही करीत नाहीत, ना करू शकतात. या शेतकऱ्यांना विदेशी सरकारसोबत जमिनदारासोबत आणि भांडवलदारांच्या जोखडातूनही मुक्त करायचे आहे, परंतु हा काँग्रेसचा उद्देश नाही.

यामुळे मी म्हणतो की काँग्रेसच्या लोकांना संपूर्ण क्रांती नको आहे. सरकारवर आर्थिक दबाव टाकून ते काही सुधारणा घेऊ इच्छितात. भारतातील श्रीमंत वर्गासाठी आणखी काही सवलती मिळवू इच्छितात आणि म्हणून मी असे पण म्हणतो की काँग्रेसचे आंदोलन कोणत्या ना कोणत्या तडजोडी किंवा अपयशात संपून जाईल. अशा परिस्थितीत तरूणांनी समजून घेतले पाहिजे की त्यांच्यासाठी वेळ आणखीनच कठीण येत आहे. त्यांनी सावध असायला हवे की त्यांचे डोके ठिकाणावर असले पाहिजे किंवा निराश तरी नाही झाले पाहिजे. महात्मा गांधीच्या दोन आंदोनाचे अनुभव घेतल्यावर वर्तमान परिस्थिती आणि आपल्या भविष्याच्या कार्यक्रमाच्या संबंधाने स्पष्टपणे धोरण ठरवणे आपल्यासाठी आता अधिक गरजेचे झाले आहे.

इतका विचार करून झाल्यावर मी माझे म्हणणे अंत्यत स्पष्ट शब्दात मांडू इच्छितो. तुम्ही लोकं इंकलाब जिंदाबाद (लाँग लिव्ह रिव्होल्युशन) च्या घोषणा देतो. ही घोषणा

आपल्यासाठी अंत्यत पवित्र आहे आणि याचा उपयोग आपल्याला फार विचारपूर्वक करायला हवा. जेव्हा आपण घोषणा देतो, मी समजतो की आपण ज्या घोषणा देतो ते करू इच्छितो. असेंब्ली बॉम्ब खटल्याच्या वेळी मी क्रांतीची हिच व्याख्या केली होती- क्रांती म्हणजे समाजाची वर्तमान व्यवस्था आणि वर्तमान संघटनेला पूर्णपणे बदलून टाकणे. या उद्देशासाठी आधी राजकीय सत्ता आपल्या हाती घेऊ इच्छितो. यावेळी सरकारी यंत्रणा श्रीमंतांच्या हातात आहे. सामान्य जनतेच्या हिताच्या रक्षणासाठी तसेच आपल्या आदर्शाला प्रत्यक्ष रूप देण्यासाठी-म्हणजे समाजाचे नव्या पद्धतीने कार्ल मार्क्सच्या सिद्धांतानुसार करण्यासाठी आपल्याला सरकारची यंत्रणा आपल्या हातात घ्यावी लागेल. आपण या उद्देशासाठी लढत आहोत. परंतु यासाठी सामान्य जनतेला शिक्षण द्यावे लागेल.

ज्या लोकांच्या समोर या महान क्रांतीकारकांचे लक्ष्य आहे, त्यांच्यासाठी नवे सरकारी-सुधारणांची काय कसोटी असली पाहिजे ? आपल्यासाठी खालील तीन गोष्टीवर लक्ष देणे कोणत्याही सरकारला ओळखण्याची कसोटी आहे. सरकारची जबाबदारी किती प्रमाणात भारतीयांवर सोपवली जाते.

सरकार चालविण्यासाठी कशाप्रकारचे सरकार तयार केले जाते आणि त्यात सहभागी होण्याचा सामान्य जनतेला किती प्रमाणात संधी मिळते ? भविष्यात त्याच्याकडून काय अपेक्षा केली जाऊ शकते ? त्यावर किती प्रमाणात प्रतिबंध लावले जातात ? सर्व सामान्यांना मताधिकार असेल किंवा नाही ?

भारताच्या पार्लमेंटचे काय स्वरूप असावे, हा प्रश्न महत्त्वाचा आहे. भारत सरकारची कौंसिल ऑफ स्टेट केवळ श्रीमंताचे टोळके आहे आणि लोकांना अडकविण्याचा एक पिंजरा आहे. म्हणून तिला बाजूला करून एकच सभागृह, ज्याच्यात जनतेचे प्रतिनिधी असतील. प्रादेशिक स्वराज्य जे गोलमेज परिषदेत ठरले, त्या संदर्भात माझे मत आहे की ज्या प्रकारच्या लोकांना अधिकार दिल्या जात आहे, त्यातून तर 'प्रादेशिक स्वराज्य' नसून 'प्रादेशिक अत्याचार' होईल.

या सर्व गोष्टींचा विचार करून आम्ही या निष्कर्षाला पोहचलो आहोत की सर्वप्रथम आपल्याला सर्व आवस्थेचे चित्र स्पष्टपणे आपल्यासमोर ठेवले पाहिजे. असे जरी आपण समजले की तडजोडीचा अर्थ कधीही आत्मसमर्पण किंवा पराजय स्वीकार करणे नाही आहे, परंतु एक पाऊल पुढे मग नंतर सर्व सुखच आहे, परंतु आपल्याला सोबतच हे पण समजून घेतले पाहिजे की तडजोडी यापेक्षा अधिक काही नाही. हे अंतिम लक्ष्य आणि आपल्यासाठी थांबण्याचे अंतिम ठिकाण नाही.

आपल्या गटाचे अंतिम लक्ष काय आहे आणि त्याचे साधन काय आहेत-हे पण विचारणीय आहे. गटाचे नाव सोशलिस्ट पार्टी' आहे आणि म्हणून हे लक्ष्य एक सोशलिस्ट समाजाची स्थापना हे आहे. काँग्रेस आणि या गटाचे लक्ष्यात हा फरक आहे की राजकीय क्रांती केल्याने कामगार राजकीय सत्ता इंग्रजाच्या हातून ती हिंदूस्थानी लोकांच्या हातात येईल. आपले लक्ष्य सत्तेला त्या हाती देणे आहे, ज्यांचा उद्देश समाजवाद असेल. यासाठी कामगार आणि शेतकऱ्यांना संघटीत करणे आवश्यक आहे, कारण त्या लोकांसाठी लॉर्ड रीडिंग किंवा इर्विनच्या जागी तेजबहादुर किंवा पुरूषोत्तम दास ठाकूर दासच्या येण्याने काही फारसा फरक पडणार नाही.

पूर्ण स्वातंत्र्याबद्दलही या गटाचे काही मत आहे. जेव्हा लाहोर काँग्रेसने पूर्ण स्वातंत्र्याचा प्रस्ताव पास केला, तेव्हा आपण मनापासून त्याचे स्वागत केले, परंतु काँग्रेसच्या त्याच अधिवेशनात महात्मा गांधीजींने म्हटले, तडजोडीचा मार्ग अद्याप मोकळा आहे.' याचा अर्थ होता त्यांना पहिल्यापासूनच माहित होतं की त्यांच्या आंदोलनाचा शेवट कसल्यातरी तडजोडी करून होईल आणि ते मनापासून स्वातंत्र्याची घोषणा करीत नव्हते. आम्ही अशा दोन तोंडी वागण्याची घृणा करतो.

या उद्देशासाठी तरूणांना कार्यकर्ता होऊन मैदानात उतरावा लागेल, नेते होणारे तर पहिल्यापासून अनेकजण आहेत. आपल्या गटाच्या नेत्यांची आवश्यकता नाही. तुम्ही जर संसारीक असाल, लेकराबाळावाले असाल, तर आमच्या गटात येऊ नये. आमच्या गटाबद्दल तुम्हाला सहानुभूती आहे, तर दुसऱ्या मार्गाने आम्हाला मदत करा. कठोर शिस्त असणारे कार्यकर्तेच हे आंदोलन चालवू शकतात. गरजेचे नाही की गट त्यासाठी गुप्तपणे काम करील. आपल्याला तरूणांसाठी अभ्यास मंडळ (स्टडी सर्कल) सुरू करावे लागतील. पत्रकं, लहान पुस्तिका, ग्रंथालये आणि लेक्चर ठेवून चर्चा करावी लागेल, प्रचार करावा लागेल.

आपल्या गटाचा सैनिक विभागही असायला हवा. कधी कधी त्याची गरज पडू शकते. या संदर्भात आपली भूमिका मी स्पष्ट करू इच्छितो. मी जे काही सांगत आहे, त्यात गैरसमजाचा भाग असू शकतो, परंतु तुम्ही माझ्या शब्दांचा आणि वाक्याचा गूढ अर्थ काढू नका.

ही गोष्ट प्रसिद्ध आहे की मी दहशतवादी (टेररिस्ट) होतो, परंतु दहशतवादी नाही. मी एक क्रांतीकारी आहे, ज्याचे काही ठरलेले विचार आणि निश्चित आदर्श आहेत आणि ज्याच्या समोर एक दीर्घ कायक्रम आहे. मला हा दोष दिल्या जाईल,

जसे की लोक रामप्रसाद बिस्मिलला देत होते, काळ कोठडीत असल्याने माझ्याही विचारात काही फरक पडला आहे. परंतु असे काही नाही. माझे विचार आजही तेच आहेत. माझ्या हृदयात तोच आणि तिकाच उत्साह आहे आणि ध्येय देखील तेच आहे जे जेलच्या बाहेर होते. परंतु माझा हा दृढ विश्वास आहे की आपण बॉम्बने काहीही मिळवू शकत नाहीत. हि गोष्ट हिंदूस्थान सोशलिस्ट रिपब्लिकन पार्टीच्या इतिहासात फार सहजपणे कळते. केवळ बॉम्ब फेकणे निरर्थकच नाही, तर नुकसानकारक देखील आहे. एका विशिष्ट आवस्थेचे त्याची गरज पडते. आपला हेतू कामगार आणि शेतकऱ्यांचे संघटन करणे असले पाहिजे. सैनिक विभाग युद्ध-सामग्रीला एखाद्या खास वेळी संग्रहीत करून ठेवतो.

आपले तरूण अशाप्रकारे प्रयत्न करीत राहिले, तेव्हा कुठे एक वर्षात स्वातंत्र्य तर नाही, परंतु जबरदस्त कुर्बानी आणि त्यागाची परीक्षा दिल्यानंतर आवश्य प्राप्त करू शकू.

इंकलाब-जिंदाबाद !

(२ फेब्रुवारी, १९३१)

●●●

MARATHI BOOKS

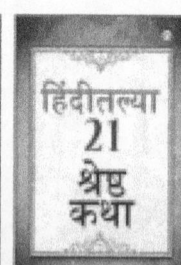

DIAMOND BOOKS

X-30, Okhla Industrial Area, Phase-II New Delhi-110020
Ph: 011-40712200 email : wecare@diamondbooks.in www.diamondbooks.in

DIAMOND BOOKS X-30, Okhla Industrial Area, Phase-II New Delhi-110020
Ph: 011-40712200 email: wecare@diamondbooks.in www.diamondbooks.in

Main Nastik Kyon Hoon (Marathi)